வழிகாட்டி

கி.வா. ஜகந்நாதன்

Title: Vazhikaati

Author: Ki. Va. Jagannathan

Language: Tamil

First Published on: 1947

Year of Publication: 2024

Book Format: Paperback

*Page Size: 6inch * 9inch*

Category: Religious

Subject: Hinduism

No. of pages: 180

ISBN: 978-81-997926-7-8

Published by: Nilan Publishers, Madurai, Tamilnadu, India

பொருளடக்கம்

குறிப்புகளுக்காக

சிறப்புரை

திருமுருகாற்றுப்படை சங்க நூல்களில் முதன்மை பெற்றது. அதன் ஆசிரியர் நக்கீரர். அவர் சங்கப் புலவருள் முதன்மை பெற்றவர். நாயகன் கவிக்குங் குற்றங் கூறிய பெருமை அவருக்கு உண்டு. 'வில்லுக்குச் சேரன்; சொல்லுக்குக் கீரன்' என்பது பழமொழி.

தெய்வப் புலவோர் அருளிச் செய்த முதல் நூல்கள் தெய்வம் போன்றன. அவை அவரவர் முயற்சிக்கேற்ற அளவிலும், காலநிலைக்கு ஏற்றவாறும் பொருண்மை வழங்கும் இயல்பு வாய்ந்தன. காலக் கண்ணாடி அணிந்து அவற்றை நோக்க வேண்டுவது அறிஞர் கடமை.

முன்னாளில் திருமுருகாற்றுப்படைக்கு உரை கண் டவர் இருவர். ஒருவர் பரிமேலழகர்; மற்றொருவர் நச்சி னார்க்கினியர். இவர்தம் உரையைத் தழுவி எழுந்த உரைகள் பல.

சங்க நூல்களுள் திருமுருகாற்றுப்படையைப் படிப்போர் தொகை அதிகம். அதைப் பொருளுணர்ந்து பயில்வோர் சிலர்; பொருளுணராது ஓதுவோர் பலர். இனிப் பொருளுணர்ந்து ஓதுவோர் தொகை பெருகும். ஏன்? வித்துவான் கி.வா. ஜகந்நாதன் உரை வெளிவந்தமையான் என்க.

சங்க நூல்கள் பொருளாழம் உடையன. அவ்வாழங் கண்டு அஞ்சுவோர் உளர். அவர்தம் அச்சம் போக்க வந்தவர் நண்பர் ஜகந்நாதன் என்று கூறல் உயர்வு நவிற்சியாகாது. பழைய அருமையைப் புதிய எளிமையாக்குந் திறன் அறிஞர் ஜகந்நாதனிடத்தில் அமைந்திருக்கிறது. இதை அவரது எழுத்திலும் பேச்சிலும் காணலாம்.

ஆற்றுப்படையை 'வழிகாட்டி' என்றவர் யார்? 'அறிமுகம்' என்று உள்ளுரையை உணர்த்தினவர் யார்? விளக்கங் கூறிக் கூறி உரை கண்டவர் யார்? இந் நூலைப் பார்க்க.

திருமுருகாற்றுப்படைக்கு இத்தகைய எளிய உரை இதுகாறும் வெளிவரவில்லை. இப்பொழுது வெளிவந்துள்ள இந்நல்லுரையைத் தமிழ்நாடு பயன் படுத்துவதாக. இவ்வாறு வழிகாட்டுந் தொண்டை மேலும் மேலும் ஜகந்நாதன் ஆற்ற முருகன் அருள் பாலிப்பானாக.

இந் நன்னூலைச் செவ்விய முறையில் வெளியிட்டு நாட்டுக்கு உதவிய அல்லயன்ஸ் கம்பெனியார்க்கு எனது நன்றியறிதல் உரியதாக.

17.1.1947

திரு. வி. க.

முன்னுரை

பழைய சங்க நூல்களைப் படித்துப் பொருள் உணர்தல் எளிதன்று. அந்த நூல்களில் உள்ள கருத்தை விளக்கினால் யாவரும் உணரலாம். அக்காலத்து நடைதான் இதற்குக் காரணம். ஆனாலும் அந்த நடையிலே இன்ன சொல்லுக்கு இன்னதுதான் பொருள் என்ற வரையறை உண்டு; ஒழுங்கு உண்டு. ஆகையால் சில நூல்களை நன்றாகப் படித்துவிட்டால் சங்க காலத்துச் சொற்றொடர்ப்போக்கு உள்ளத்துக்குத் தெளிவாகிவிடும். பிறகு சங்க நூல்கள் எல்லாவற்றையும் உணர்ந்து கொள்ளலாம். பிற் காலத்து நூல்களைப்பற்றி இப்படிச் சொல்ல முடியாது.

சங்க நூலில் உள்ள அழகை அநுபவிக்க, அதில் உள்ள கருத்தை முதலில் எடுத்துக்காட்டி, சொற்களையும் இடை யிடையே புகுத்தி எழுதினால் ஒருவாறு கவிகளை உணரலா மென்றெண்ணியே சில சங்க நூற் பாடல்களைக் "காவியமும் ஓவியமும்" என்ற புத்தகத்தில் விளக்கியிருக்கிறேன். அந்த முறை நன்றாக இருக்கிறதென்று அன்பர்கள் சொன்னார்கள். அந்த முறையில், பின்னும் பல பாடல்களுக்கு விளக்கம் எழுத வேண்டுமென்று பலர் வற்புறுத்தினர்.

பத்துப் பாட்டில் முதலாவதாகிய திருமுருகாற்றுப் படையைப் புது முறையில் விளக்கலாமென்று எண்ணினேன். ஒரு முறை சென்னை கோகலே ஹாலில் இந்நூலின் விரிவுரையைத் தொடர்ச்சியாக நிகழ்த்தினேன். அது முதலே புத்தக உருவாக்கி எழுத வேண்டுமென்ற ஆர்வம் இருந்தது. முருகன் திருவருளால் அது இப்போது முற்றுப்பெற்றது.

திருமுருகாற்றுப்படையைப் பாராயணம் செய்யும் அன்பர் பலர் உண்டு. அவர்களிற் பெரும்பாலோர் மந்திரத்தைச் சொல்லுவதுபோல நெட்டுருப் போட்டு ஒப்பிக்கிறார்கள். நச்சினார்க்கினியர் உரையைக் கொண்டு இதன் பொருளை அறிந்து கொள்வதுகூட அவர்களுக்கு இயலாத காரியம்.

பிரசங்கம் செய்யும் தோரணையில் விளக்கம் இருந்தால் அவர் களுக்கும் பிறருக்கும் இந்நூல் விளங்குமென்பதே என் கருத்து.

இப்புத்தகத்தில் நூலைப் பகுதி பகுதியாகப் பிரித்துக் கொண்டு முதலில் அப்பகுதியில் உள்ள கருத்தை விரிவாகச் சொல்லியிருக்கிறேன். அப்படிச் சொல்லும்போது நூலில் வரும் சொற்களில் பலவற்றை இடையிடையே விரவச் செய்திருக்கிறேன்.

பிறகு மூலத்தையும் அதன் பொழிப்புரையையும் அரும் பதங்களின் உரையையும் கொடுத்திருக்கிறேன். நூலோடு தொடர்ந்து செல்லும் இந்த விளக்கத்தை யல்லாமல், 'அறிமுகம்' என்ற ஒன்றை முன்பு காணலாம். அதில் நூல் முழுதும் பரவியுள்ள செய்திகளை வகைப்படுத்திய பிழம்பாகக் காட்டியி ருக்கிறேன்.

இத்தகைய நூலுக்கு நான் விளக்கம் எழுத முற்படுவது பேதைமையானாலும், முருகன் திருவருளும் என் ஆசிரியப் பிரானாகிய மகாமகோபாத்தியாய டாக்டர் உ.வே.சாமி நாதையரவர்கள் கருணையும் எனக்குத் துணை நிற்குமென்ற தைரியமே என்னை இத்துறையில் புகச் செய்தது.

இப்புத்தகத்துக்கு அன்பு கூர்ந்து சிறப்புரை வழங்கிய தண்டமிழ்ச் சான்றோராகிய திரு.வி.க. அவர்கள் பால் நன்றி பாராட்டுங் கடப்பாடுடையேன்.

இந்நூல் வெளியாவதில் மிக்க ஆர்வம் காட்டிய அல்லயன்ஸ் கம்பெனி உரிமையாளரான ஸ்ரீ குப்புசாமி ஐயரவர்களுடைய அன்பை நான் பாராட்டுகிறேன். இதனை எழுதி வருகையில் என் அன்னையார் நோய்வாய்ப்பட்டிருந்தார்கள். எழுதும்போது அவர்கள் மனமார ஆசி கூறினார்கள்.

புத்தகம் முற்றுவதற்குள் அவர்கள் வாழ்வு முற்றியது. இதனை அவர்கள் ஞாபகக் குறிப்பாக அர்ப்பணம் செய்கிறேன்.

முருகன் திருவருள் யாண்டும் மலிவ தாகுக!

3.1.1947

கி. வா. ஜகந்நாதன்

சமர்ப்பணம்

(வெண்பா)

பேச்சடங்கு மட்டும் முருகன் பெயர்சொன்னாள்
மூச்சடங்கு மட்டும் நெஞ்சில் முன்னினாள் - பூச்சடலம்
போக்கி அவன் அடிக்கே புக்காள்என் அன்னைஅவட்கு
ஆக்கினன்இந் நூல் அர்ப்பணம்.

அறிமுகம்

1

சில வகையான பெயர்களைச் சொன்னாலே அந்தப் பெயருடையார் இன்ன நாட்டைச் சேர்ந்தவர் என்று அறிந்துகொள்ளலாம். வேங்கடராமன், முருகன், சுப்பிர மணியன், ராமசாமி, கிருஷ்ணமூர்த்தி என்ற பெயர்கள் தமிழ் நாட்டுக்கே உரியவை. வேங்கடராமர்களும், முருகர்களும், சுப்பிரமணியர்களும் இந்த நாட்டில் கணக்கில்லாமல் உண்டு. வேங்கடத்தில் எழுந்தருளிய திருமாலை முருகனென்றே கூறிச் சாதிப்பார் இருக் கிறார்கள். சுப்பிரமணியன் தமிழ்நாட்டுத் தெய்வம். இன்று முருக வழிபாடு தமிழ்நாட்டில் பரவியிருப்பது போல வேறு எங்கும் இல்லை. அருணகிரிநாதர் பிறந்த திருப்புகழ்ப்பாக்களை அமுதமாரி போலப் பொழிந்த பிறகு முருக வழிபாடு பின்னும் பெருகியது. இன்றும் ஆவேச ரூபத்தில் வந்து அருள் செய்கிறான் முருகன் என்ற நம்பிக்கை பல அடியார்களுக்கு இருக்கிறது. பழநி, திருச்செந்தூர் முதலிய தலங்களில் நிகழும் அற்புத நிகழ்ச்சிகளால் முருகனைக் கண்கண்ட தெய்வ மென்றும் கலியுக வரதனென்றும் போற்றுகிறார்கள் மக்கள்.

பழங்காலத்தில் தமிழ் நாட்டில் முருக வழிபாடு எப்படி இருந்தது? இன்று இருப்பது போன்ற முறையில் அமையாவிட்டாலும் நாடெங்கும் பலபல வகையில் அப்பெருமானைப் போற்றிப் பணிந்து தமிழர் வழிபட் டனர். நிலப்பரப்பை ஐந்து வகையாகத் தமிழர் பிரித்தனர். மலையும் மலையைச் சார்ந்த இடமும் குறிஞ்சி யென்றும், காடும் காட்டைச் சார்ந்த இடமும் முல்லை யென்றும், இவ்விரண்டினிடையே கோடையின் வெம்மையால் ஒன்றும் விளையாமல் கிடக்கும் நிலப் பரப்பைப் பாலையென்றும், வயலும் ஊரும் சார்ந்த இடத்தை மருதமென்றும், கடலும் கடலைச் சார்ந்த இடமும் நெய்தலென்றும் வகுத்து, அந்த அந்த நிலப் பகுதியில் வாழும் மக்கள், உள்ள மரம் விலங்கு

பறவை ஆகியவற்றை ஆராய்ந்து பாடியிருக்கின்றனர். ஒவ்வொரு நிலத்துக்கும் தெய்வம் இன்னார் என்ற கொள்கையும் பழங்கால முதல் இருந்து வருகிறது. குறிஞ்சிக்கு முருகனும், பாலைக்குத் துர்க்கையும், முல்லைக்குத் திருமாலும், மருதத்துக்கு இந்திரனும், நெய்தலுக்கு வருணனும் தெய்வங்கள்.

இந்த ஐந்து திணைகளுள் இயற்கையிலே முதலில் தோற்றியதாகவும், உயர்ந்ததாகவும் விளங்குவது குறிஞ்சி. உலக முழுவதும் நீரால் மூடியிருக்க, முதலில் நிலப்பரப்புத் தோன்றிய காலத்தில் மண் தோன்றாமல் மலைதான் இருந்தது என்று நில நூல் வல்லார் சொல்கின்றனர். இந்த உண்மையைத் தமிழரும் உணர்ந்திருந்தனர். “எங்கள் மறக்குலம் உலகம் உண்டான நாள் முதலே வாளோடு பிறந்தது" என்று தம் பழமையைச் சொல்ல வந்த வீரன் ஒருவன் அந்தப் பழமையைச் சுட்டிக் காட்ட, "கல் தோன்றி மண் தோன்றாத அந்தக் காலத்திலே நாங்கள் தோன்றினோம்" என்று சொல்லு கிறான்.

"கல்தோன்றி மண்தோன்றாக் காலத்தே வாளோடு
முன்தோன்றி மூத்த குடி."

(புறப்பொருள் வெண்பா மாலை)

ஆதலின் முதல் திணையாகக் குறிஞ்சியை வைத்ததற்குக் காலப் பழமையும் ஒரு காரணம் என்று தெரிகிறது. அந்த முதல் திணைக்குத் தெய்வமாக முருகனை வைத்துப் போற்றும் மரபு, தமிழருக்கு அக்கடவுளின் பால் உள்ள பேரன்பைப் புலப்படுத்துகிறது. இயற்கை அழகைக் கண்டு இன்புற்று வந்த தமிழருக்குக் கடவுள் பேரழகனாக, மணம் பொருந்தியவனாக, இளையவனாக இருக்கும் கோலமே மிக்க உவப்பை அளிப்பதாயிற்று. வீரமும் காதலும் சிறக்கும் நிலையினால் முருகன் திரு வுருவம் அவர்கள் கருத்தில் கவர்ச்சியைத் தந்தது. அவனை முதல் திணையின் கடவுளாகத் தலைமை இடம் கொடுத்து வழிபட்டனர். அவனுடைய

இயல்புகளைப் பலபல வகையிலும் பாராட்டினார். அழகுக்கும் வீரத்துக்கும் இன்பத்துக்கும் இருப்பிடமாகக் கொண்டு போற்றினர். எல்லாப் பொருள்களையும் ஆக்கி அளித்தழிக்கும் ஆற்றலுள்ள கடவுள் யாரோ அவனே முருகன் என்ற கருத்தைக் கொண்டனர். முருகுணர்ச்சியினிடையே பகை இல்லை; வேறுபாடு இல்லை; பிற தெய்வங்களைப் புறக்கணிக்கும் இயல்பு இல்லை.

முருகனைச் சங்கப் புலவனாகவும், தமிழை மதிப்பிடும் நூலறி புலவனாகவும் சொல்லும் வரலாறுகள் எழுந்தன. சங்கப் புலவர்கள் அவன் புகழைப் பாடினர். கடைச் சங்க காலத்தில் எழுந்த பல நூல்களில் இப்போது உருப்படியாகக் கிடைப்பன மூன்று தொகுதிகள். பத்துப்பாட்டு, எட்டுத்தொகை, பதினெண் கீழ்க்கணக்கு என்ற மூன்று வகையானவை அவை. பத்துப்பாட்டைப் பாட்டென்றும், எட்டுத் தொகையைத் தொகையென்றும் வழங்குவர். "பாட்டினும் தொகையினும் கீழ்க்கணக் கினும்'' என்ற முறையில் இவற்றை வரிசைப்படுத்தி வழங்குவது புலவர் சம்பிரதாயம். இந்த மூன்று வகையிலும் முன்னே நிற்பது பத்துப்பாட்டு என்னும் வரிசை அத்தொகுப்பில் பத்துப் பெரிய பாட்டுக்கள் இருக்கின்றன. அவற்றுள் முதலாவது திருமுருகாற்றுப்படை. கடைச்சங்க நூல்களாகிய முப்பத்தாறில் முதலிலே நிற்பது திருமுருகாற்றுப்படை என்று சொல்வது பொருத்தமாக இருக்கும்.

ஒவ்வொரு தொகை நூலுக்கும் முதலில் கடவுள் வணக்கத்தை அமைத்திருக்கிறார்கள். பத்துப்பாட்டென்னும் தொகுப்புக்குத் தனியே கடவுள் வணக்கம் அமையவில்லை. ஆனாலும் திருமுருகாற்றுப்படையே பத்துப் பாட்டில் முதற்பாட்டாகவும் அதன் கடவுள் வாழ்த்துப் பாட்டாகவும் நிற்கிறது. முருகனைப் பற்றிய பாட்டை முதலில் வைத்து முப்பத்தாறு நூல்களைத் தொகுத்து வைத்ததனாலும் தமிழ் மக்களுக்கு முருகனிடம் இருந்த பக்தியை உணரலாம்.

திருமுருகாற்றுப்படையை இயற்றியவர் நக்கீரர். மதுரையில் பள்ளிக்கூடத்து ஆசிரியராக இருந்து புகழ் பெற்ற ஒரு புலவருடைய குமாரர் அவர். அந்த ஆசிரியருடைய பெயர் இன்னதென்று தெரியவில்லை. மிக்க புகழ் பெற்றவர்களுடைய இயற்பெயரை மரியாதை காரணமாக வழங்கமாட்டார்கள். ஐயரவர்கள், பிள்ளையவர்கள், பிரதம மந்திரியவர்கள் என்பன போலச் சொல்வது இன்றும் வழக்கமாக உள்ளது. அப்படி வழங்குவதனால் நாளடைவில் அவர்களுடைய இயற்கையான பெயர்கள் மறந்து போவதும் உண்டு. கம்பர் என்பது சாதிப் பெயர்; காளி பூசை செய்யும் உவச்சர்களின் சாதிப் பெயர் அது. கவிச்சக்கரவர்த்தியாகிய கம்பருக்குத் தகப்பனார் இட்ட பெயர், அவர் காலத்திலேயே வழக்கற்றுப் போயிற்று. கம்பர் என்றே நிலைத்துப் போயிற்று. அப்படித்தான் நக்கீரருடைய தந்தையாருக்கு உரிய பெயரும் இப்போது தெரியாது. 'மதுரை வாத்தியார்' என்றுதான் தெரியும். "மதுரைக்கணக்காயனார்" என்று அவர் பெயர் புத்தகங்களில் காணப்படுகிறது. கணக்காயரென்பது பள்ளிக்கூட உபாத்தியாயருக்குப் பெயர். நல்ல வேளையாக நக்கீரர் பெயர் மறைந்து போகாமல் நிற்கிறது. நக்கீரருக்குக் கொற்றனார் என்ற புதல்வர் ஒருவர் இருந்தார்.

நக்கீரர் அந்தணர்; மதுரையில் வாழ்ந்தவர்; கடைச் சங்கத்தில் இருந்த புலவர்களில் புகழ்பெற்ற சிலருள் ஒருவர். இவர் பாடிய பாடல்கள் பல. தொகை நூல்களில் இவர் பாடல்கள் இருப்பதோடு வேறு சில நூல்களும் இவர் பெயரால் வழங்குகின்றன. ஈங்கோய் மலை எழுபது, கைலைபாதி காளத்திபாதி அந்தாதி, கோபப் பிரசாதம் முதலிய ஒன்பது பிரபந்தங்கள் நக்கீர தேவ நாயனார் இயற்றியனவாகச் சைவத் திருமுறைகளில் ஒன்றாகிய பதினோராந் திருமுறையிலிருந்து தெரிய வருகிறது. இந்த நக்கீர தேவரும் சங்கப் புலவராகிய நக்கீரரும் ஒருவரேயென்று கூறி, அதற்கு ஆதாரமாகப் புராணக் கதைகளைக் காட்டுவர் சிலர். ஆராய்ச்சிக்காரர்கள் நடை, பொருள் முதலியவற்றின் அமைப்பைக் கொண்டு இருவரும் வேறு என்று சொல்வார்கள்.

திருமுருகாற்றுப்படை பத்துப்பாட்டில் சேர்ந்திருப்பதால், அது சங்ககாலத்து நக்கீரரால் இயற்றப் பெற்ற தென்றே கொள்ள வேண்டும். அதைப் பதினோராந் திருமுறையிலும் சேர்த்திருக்கிறார்கள் சைவர்கள். இலக்கிய வகையில் பத்துப்பாட்டிலும், தோத்திர வகையில் பதினோராந் திருமுறையிலும் சேர்ந்துள்ளமையால் இந்த நூல் இரட்டிப்பு மதிப்புடையது. முருகாற்றுப்படையாக இருந்த இது, திருமுறையிலே சேர்ந்து பாராயண நூலான பிறகு, திருமுருகாற்றுப்படை ஆகிவிட்டது. இதனைப் பாராயணம் செய்த முருகம்மையார் என்ப வருக்கு முருகன் தரிசனம் தந்தருளினான் என்று ஒரு கதை வழங்கிவருகிறது. இன்றும் முருகனடியார் பலர் இதனை மந்திரம்போல ஓதிப் பயன்பெறுகின்றனர்.

2

ஒரு கருத்தை நேரடியாகச் சொல்வது காரியத்திலே குறியாக இருப்பவர்கள் இயல்பு. காரியத்தோடுகூட, அதைப்பற்றிச் சொல்வதிலும் நயம் உண்டாகும்படிச் சொல்வது சிலர் இயல்பு. "கடைக்குப் போய்ப் பழம் வாங்கி வா" என்று ஒரு சிறுவனைப் பார்த்து நேரே சொல்லலாம். அதில் காரியம் மாத்திரம் இருக்கிறது. "மரத்தில் இருக்கிற பழம் கடைக்கு வந்திருக்கிறது கடைக்காரன் மனசு வைத்ததனால் அந்தப் பழம் என் கைக்கு வரும், நீ மனசு வைத்தால்" என்று பையனைப் பார்த்துச் சொன்னால், அதில் காரியம் இருக்கிறது, சாதுரியமும் இருக்கிறது. அந்தப் பையனைப் பார்த்தே சொல்லாமல் வேறு ஒருவரிடம் சொல்வதுபோல், நேற்று இவன் செய்த காரியத்தைக் கேட்டீர்களா? கடிதம் எழுத வேண்டுமென்று பேசிக் கொண்டே இருந்தேன்; பேச்சை முடிப்பதற்குள் என் கையில் கார்டு வந்து நிற்கிறது. எல்லாம் இவன் வேலை. இப்போது எனக்குப் பழம் வேண்டும்; கடையில் இருக்கிற பழம் வேண்டும்; கடையில், இருப்பது என்ன? கற்பக விருட்சத்தில்தான் இருக்கட்டுமே! பிரமாதமா?" என்று சொல்லுகிறோம். இதுவும் முன்னே சொன்ன இரண்டு வகையான பேச்சிலே உள்ள காரியத்தைக்

குறித்ததுதான். ஆனாலும் காரியத்தைக் காட்டிலும் பேச்சு இனிக்கிறது. விஷயத்தைச் சுற்றி வளைத்துச் சொன்னாலும் கேட்பவர் எளிதிலே உணர்ந்து கொள்கிறார். கருத்தைச் சொல்பவரது கருத்தைக் காட்டிலும் கருத்தைக் குறிப்பாக உணர வைக்கும் தோரணையிலே இன்பம் காணுகிறார்.

கவிஞர் தம் கவிகளில் சொல்லும் விஷயத்தை நேரடியாகச் சொல்லாமல் குறிப்பாகச் சொல்கின்றனர். அந்தக் குறிப்பானது கவியை வாசிப்பவர் உள்ளத்துக்குத் தெளிவாக புலனாகிறது. பொருளை நேராகச் சொல்லாமல் வளைத்துச் சொல்வதனாலே சுவை உண்டாகிறது. அப்போதுதான் கருத்துக்கு உள்ள கௌரவம், அதை வெளிப்படுத்தும் சொல்லுக்கு உண்டாகிறது. விஷயத்தை விளக்கப் பலபல சுவையான பாணிகளைக் கவிஞர்கள் மேற்கொள்கிறார்கள். அந்தப் பாணிகளையே அலங்காரமென்றும், ரசமென்றும் சொல்வார் கள். நுண்ணியதாக இருக்கிற கருத்தானது கவிஞன்தன் கற்பனையினால் பின்னிய அழகிய பாணிகளினூடே வளைந்து நெகிழ்ந்து விரிந்து சுவை ததும்ப நிற்கிறது. ஒரு கருத்தே பல பாடல்களாக உருவெடுக்கிறது. ஒரு தலைமையான கருத்தே நூற்றுக்கணக்கான, ஆயிரக் கணக்கான பாடல்களையுடைய காவியமாகப் பரிணமிக்கிறது. காசிக்குப் போனான்; காவடி கொண்டு வந்தான். என்று உப்புச் சப்பில்லாமல் சாமான்ய மனிதன் சொல்வதையே, ரசமான சொற் சுவைகளாலே, சுவைமிக்க பாணிகளாலே கதையாக்கிக் காட்சியாக்கி நிகழ்ச்சிகளையும் வருணனைகளையும் படைத்துப் பெரிய காவியமாக முடிக்கிறான் கவிஞன்.

ஒருவனைப் புகழ வேண்டுமானால், "நீ மிகவும் நல்லவன்; சிறந்த அறிவாளி" என்று நாலைந்து வார்த்தைகளிலே சொல்லி முடித்துவிடலாம். அப்படிச் செய்வது எல்லோருக்கும் எளிது. அந்தப் புகழுக்குப் பலபல உருவம் கொடுத்து, புகழப்படுவோன் மாத்திரமின்றிப் பிறரும், சொல்லும் தோரணையின் அழகுக்காகக் கவனிக்கும் படியாகச் செய்கிறான் கவிஞன். ஒருவனையே பல புலவர்

புகழ்ந்திருக்கலாம். ஒரு புலவரே பலமுறை அவனைப் புகழ்ந்திருக்கலாம். அவற்றில் தனித்தனியே வேறு வேறு ரசம் இருக்கும். முருகன் புகழைப் பல புலவர்கள் பாடியிருக்கிறார்கள். திருமுருகாற்றுப்படை முருகனைப் புகழும் கவியுருவங்களில் ஒன்று. இதில் மற்றக் கவிகளில் உள்ள முருகன் இருக் கிறான்; அவன் பெருமையும் இருக்கிறது. ஆனாலும் இது புதுமைச் சுவையோடு பொலிகிறது. பிறர் சொல்லாத முறையில், நக்கீரரே வேறு பாடல்களில் மேற் கொள்ளாத பாணியில் இந்த ஆற்றுப்படை செல்கிறது.

புலவர்கள் படைத்த அழகுருவங்களிலே ஆற்றுப் படை ஒன்று. ஒரு செல்வனிடத்திலே சென்று பயன் பெற்ற ஒருவன், அது பெறக் கருதும் ஒருவனுக்கு அந்தச் செல்வனைப் பற்றியும், அவன் இருக்கும் இடத்தைப் பற்றியும், அங்கே போகும் வழியைப் பற்றியும் விரிவாகச் சொல்வது அது. பாட்டு விரிவாக நடப்பதற்கு ஏற்ற அமைப்புக்கள் இந்தப் பிரபந்தத்திலே உள்ளன.

ஆற்றுப்படைகள் தமிழில் பல இருக்கின்றன. திரு முருகாற்றுப்படை சில வகையில் பிற ஆற்றப்படைகளி னின்றும் வேறுபட்டது. மற்ற ஆற்றுப்படைகள், யாரைப் பார்த்துப் புலவர் கூறுவதாக இருக்கிறதோ அவரோடு சேர்ந்த பெயரை உடையதாக இருக்கும். ஒரு புலவர் மற்றொரு புலவருக்கு வழிகாட்டுவதாக இருந் தால் அதற்குப் புலவரலாற்றுப்படையென்ற பெயர் வழங்கும். இது யாரைப் புகழ்வதற்காகப் பாட்டு உண் டாயிற்றோ, அந்தப் பாட்டுடைத் தலைவனாகிய முருகனுடைய பெயரோடு சேர்ந்து வழங்குகிறது. முருகனிடத்திலே ஆற்றுப்படுத்துவது என்ற பொருளுடையது முருகாற்றுப்படை என்னும் தொடர் மற்ற ஆற்றுப் படைகளில், எதிரே வருபவன் நிலையை வருணித்திருப்பார்கள்; அவனை, "புலவனே, பாணனே, கூத்தனே" என்பன போன்ற விளிகளால் அழைத்திருப்பார்கள். நானும் உன்னைப்போல் வறுமையில் உழன்றேன்; அந்தச் செல்வனிடம் சென்றேன்; அவன் எனக்குப் பல பல

பொருள்களைத் தந்தான்" என்று சொல்வதாக அமைந்திருக்கும். இத்தகைய பகுதிகள் திருமுருகாற்றுப் படையில் இல்லை.ஆயினும், "முருகனை நோக்கி நீ புறப்பட்டிருக்கிறாய்; நல்ல காரியம். அவன் இன்ன இன்ன இடங்களில் எழுந்தருளியிருக்கிறான். நீ அவனைக் கண்டு வழிபட்டால் அவன் பெறலரும் பரிசிலைத் தருவான்" என்று வழிகாட்டியிருப்பதனால் இது ஆற்றுப் படை ஆயிற்று.

முருகன் எழுந்தருளியிருக்கும் ஆறு படைவீடுகளாகிய திருப்பரங்குன்றம், திருச்சீரலைவாய், திருவா வினன்குடி, திருவேரகம், பழமுதிர்சோலை, குன்று தோறாடல் என்ற தலங்களைப் பற்றிக் கூறும் ஆறு பகுதிகளையுடையது இந்த நூல். ஆறு பகுதிகளாகப் பொருளினாற் பிரிவுபட்டிருந்தாலும் எல்லாம் சேர்ந்து ஒரே அகவற்பாவாக நிற்கிறது இது.

முதற் பகுதியில் முருகனது உருவ அழகு, சூரர் மகளிர் விளையாட்டு, பேய்மகள் துணங்கை, சூரசங் காரம், மதுரையின் பெருமை, திருப்பரங்குன்றத்தின் இயற்கைவளம் முதலியவற்றைக் காணலாம். இரண்டாவது பகுதியில் முருகனது வாகனத்தின் சிறப்பு, அவனுடைய ஆறு திருமுகங்களின் செயல்கள், பன்னிரண்டு திருக்கரங்களின் செய்கை, திருச்சீரலைவாய்க்கு அவன் எழுந்தருளுதல் முதலியன வருகின்றன. மூன்றாம் பகுதியில் முருகனை வழிபடும் முனிவர்கள் இயல்பு, அவனைத் தரிசிக்க வரும் தேவர்களின் நிலை, கந்தருவர் காட்சி முதலிய செய்திகள் உள்ளன. நான்காம் பிரிவில் முருகனை வழிபடும் அந்தணர் இயல்பு காணப்படும். ஐந்தாம் பகுதியால் குன்றிலுள்ளார் ஆடும் குரவை, முருகன் தேவ மகளிரோடு வந்து ஆடுதல் முதலியவற்றை உணரலாம். ஆறாம் பகுதியில் முருகன் எழுந் தருளியிருக்கும் இடங்கள், குறமகள் செய்யும் பூசை, முருகனிடம் சென்று வழிபடும் முறை, அவனைத் துதிக்கும் வகை, அவன் ஏவலர் இயல்பு, அவன் அருள் செய்யும் விதம், பழமுதிர் சோலையின் இயற்கை வளம் முதலியன வருகின்றன.

பாட்டை விரித்துக் கொண்டு போக நக்கீரர் ஆளும் உத்திகள் பல. முருகன் காந்தட் கண்ணியை அணிபவன் என்று சொல்லவருகிறார். அக்காந்தள் வளரும் மலைச் சாரற் சோலையை வருணிப்பாராகி, அங்கே வந்து கோலம் புனைந்து ஆடும் சூரர மகளிரை வருணிக்கிறார். 'மகளிர் தம்மைப் புனைந்து அழகு படுத்திக் கொண்டு ஆடும் சோலை இத்தகையது; அந்தச் சோலையில் வளர்வது காந்தள்; அதனாலாகிய கண்ணியைப் புனைபவன் முருகன்' என்று ஒன்றைப் பற்றி, அதன் தொடர்புள்ள மற்றொன்றை விரித்து வருணிக்கும் முறையினால் பாட்டு விரிந்து செல்கின்றது. திருப்பரங்குன்றம் மதுரைக்கு மேற்கே உள்ளது என்று சுட்ட வருகிறார்; அங்கே மதுரையின் பெருமையைச் சில அடிகளால் வருணிக்கிறார். முருகன் சூரனைச் சங்கரித்தான் என்று சொல்ல வருகிறார்; 'பேய்மகள் களித்துக் கூத்தாடும்படி யாகச் சூரனை வென்றான்' என்ற முறையில் தொடங்கிப் பேய்மகள் ஆடும் துணங்கையைச் சித்தரிக்கின்றார். இப் படியாக இந்த நூலை 317 அடிகளால் விரித்து அமைத் திருக்கிறார்.

3

நக்கீரர் நமக்குக் காட்டும் முருகன் பேரழகனாகவும் பெருவீரனாகவும் பெருங்கருணை வள்ளலாகவும் இருக்கிறான். குறிஞ்சித்திணைக்கு உரிய தெய்வம் என்ற வரையறை இருந்தாலும் அவன் உலகம் முழுவதும் நிரம்பியிருக்கிறான். உருவங்கொண்டும் அருவமாகவும் இருக்கிறான். இயங்கும் பொருளிலும் இயங்காப் பொருளிலும் இருக்கிறான். ஆறு தலங்கள் மாத்திரமா அவன் உறையும் இடங்கள்? பலபல இடங்களில் பல பல உருவத்தில் பல பல இயல்புள்ள மக்கள் அவனைத் தம் தம் இயல்புக்கேற்ற முறைகளிலே வழிபடுகிறார்கள். அவர்களுக்கு இரங்கி அவர்கள் வேண்டியவற்றை அருள் செய்கிறான் முருகன்.

அவன் திருவுருவம் ஒன்று அல்ல; பல. பேரொளிப் பிழம்பாகச் சூரியனைப் போல நிற்பது ஒருருவம். சிறிய சுழல் புனைந்த திருவடியும் கலிங்கம் அணிந்த திரு விடையும் கடம்ப மாலை புனைந்த திருத்தோளும் காந்தளங்கண்ணி அணிந்த திருமுடியும் கொண்டு அருகே தேவசேனையோடு எழுந்தருளியிருப்பது ஒரு கோலம். அழகான கிரீடத்தை அணிந்து கொண்டு இரண்டு காதுகளிலும் நட்சத்திரத்தைப் போலக் குழைகள் விளங்கப் பிணிமுகம் என்னும் யானையின்மேல் ஏறி, ஒரு கையால் அங்குசத்தைப் பற்றிக் கொண்டு மற்றொரு கையைத் துடையின் மேல் வைத்து, அன்பர்களுக்கு அருள் செய்யும் பொருட்டு வருவது ஒரு கோலம். மயில்மேல் வருவது ஒரு கோலம். ஆட்டுக் கிடாயின் மேல் வருவது ஒரு கோலம்.

உலகத்து இருளை ஓட்டும் பேரொளி படைத்த திரு முகமும் இடையில் ஒரு கரமும் சூரியனைப் பாதுகாக்கும் முனிவர்களுக்குப் பாதுகாப்பாக தூக்கிய மற்றொரு கரமும் கொண்டு நிற்பது ஒரு திறம். கையில் கேடகத்தையும் வேலையும் தாங்கிக் கொண்டு அந்தணர் வேள்வியைப் பாதுகாக்க நிற்பது ஒரு திறம். சின்முத்திரை காட்டும் திருக்கரமும் மாலையைப் பற்றிய திருக்கரமும் பூண்டு உபதேசம் செய்யும் குருபரனாக வீற்றிருப்பது ஒரு திறம். போர்க்களத்தில் வெற்றி பெற்றுக் கள வேள்வி செய்கையில் ஒரு கை மணியை அசைக்க, மற்றொரு கை ஆணையிட்டுச் சுழல, வீரனாக நிற்பது ஒரு திறம். வள்ளி நாச்சியாரோடு அமர்ந்து இன்பம் மிக்கு உலகில் மழை பொழிய ஆணையிடும் ஒரு கரமும் தேவமகளிர் கணவன் மாரோடு வாழும்படி மணமாலை வழங்கும் ஒரு கரமும் படைத்து எழுந்தருளியிருப்பது ஒரு திறம்.

அவன் திருமார்பு விரிந்தது. அதில் உள்ள உத்தம இலக்கணமாகிய மூன்று கோடுகள் தோள்ளவும் சென் றிருக்கும். ஆறு முகமும் பன்னிரு கரங்களும் ஒருங்கே கொண்டு தோன்றும் நிலையும் முருகனுக்கு உண்டு.

தேவமகளிரோடு உவகை மிக்குக் கூத்தாடி நிற்கும் இன்பக்கோலம் ஒரு சமயம் புனைவான். சிவந்த திரு மேனியும் சிவந்த திருவாடையும் உடையவனாகிக் காதிலே அசோகந் தளிரைச் செருகிக் கொண்டு கச்சை அணிந்தும் வெட்சி மாலை புனைந்தும் குழலூதியும் கொம்பூதியும் வேறு பல வாத்தியங்களை வாசித்தும் நெடிய உருவத்தோடு நிற்பான். ஆடையை நிலத்திற் புரளப் புரள உடுத்துப் பல மகளிர் கூடி ஆடும் இடத்தில் அவர்களுடைய வரிசையில் முதலில் நின்று கை கொடுத்து ஆடுவான்.

இவையல்லாமல் தெய்வத்தன்மை மிக்கு வானளவும் உயர்ந்து நின்ற பயங்கரமான விசுவரூபத்தையும் உடையான் அவன். ஆனாலும் அடியவர்களுக்கு இன்பத்தையும் கவர்ச்சியையும் உண்டாக்கும் மணங்கமழ் தெய்வத்து இளநலமும் உடையவன். அந்த உருவம் தொன்மை யானது.

பூசாரியும் குறமகளும் வழிபடக் கோயிலிலே எழுந்தருளியிருப்பான். ஆவேச ரூபத்திலே வருவான். ஊரூர் தோறும் விழா நடத்தும் இடங்களிலே இருப்பான். பக்தர் கொண்டாடும் இடத்தில் நிலவுவான். இயற்கை யெழில் தவழும் காட்டிலும், ஆற்றிலும், ஆற்றிடைக் குறையிலும், கடம்பமரத்திலும் எழுந்தருளியிருப்பான். செயற்கையெழில் திகழும் காவிலும் குளத்திலும் பிற டங்களிலும் அவன் சாந்நித்தியம் உண்டு. மக்கள் கூடும் சதுக்கத்திலும் சந்நிதியிலும் மன்றத்திலும் பொதியிலிலும் இருப்பான். தறியை நட்டு வழிபடும் இடத்திலும் அவன் எழுந்தருள்வான்.

அவனை வழிபடுவோர் பலவகைப்படுவர். நாகரிகம் அற்றவரென்று பிறர் கருதும் குறவர் முதல், மும்மூர்த்திகள் வரையில் அவனடியார்களே. ஒவ்வொரு திறத்தினரும் அன்போட வழிபட்டால் அவர்களுக்கு ஏற்ற வண்ணம் அருள்செய்யும் வள்ளல் அவன். மலையில் வாழும் பூசாரி மாலை கட்டி ஆட்டை அறுத்து வெறியாடி வழிபடுகிறான். குறவர்கள் கள்ளைக் குடித்துச் சந்தனம் அணிந்து தொண்டகப் பறையை முழக்கிக் குரவையாடி வழிபடுகிறார்கள்.

குறமகளாகிய தேவராட்டி கோழிக்கொடியை நட்டு நெய்யும் அரைத்த கடுகும் அப்பி மலரும் பொரியும் இரத்தத்தோடு கலந்த அரிசியும் சிதறி ஆட்டை அறுத்துத் தானியங்களை வைத்துத் தூபங் காட்டிக் குறிஞ்சிப் பண்ணைப் பாடிப் பூசிக்கிறாள், முருகன் அவ்விடங்களில் குறிஞ்சிக் கிழவனாக இருந்து அவர்கள் வழி பாட்டை ஏற்றருளுகிறான்.

ஒவ்வொரு ஊரிலும் தினையும் மலரும் கலந்து ஆட்டையறுத்து மக்கள் விழாக் கொண்டாடுகிறார்கள். அங்கே ஊர் காக்கும் தெய்வமாக விளங்குகிறான். பக்தர்கள் துதித்துப் புகழ்கிறார்கள். பெரியோர், "பெரிய கடவுளே" என்று வாழ்த்துகிறார்கள். வேறு பலரும் புகழ்பாடுகிறார்கள். மனசிலே ஆறு முகத்தையும் தியானம் செய்கின்றனர் சில அன்பர். அவர்களுக்கும் அருள் செய்கிறான்.

அறுதொழிலும் முத்தீச் செல்வமும் இருபிறப்பும் உடைய அந்தணர் ஈர ஆடையோடு கைகளை உச்சியிற் கூப்பிக் கொண்டு சடக்ஷர மந்திரத்தை ஜபித்தும் வேத மந்திரத்தை ஓதியும் வழிபடுகிறார்கள். முனிவர் விரதம் இருந்து முருகனைத் தரிசிக்கிறார்கள். அவர்களுக்கும் அவன் திருவருள் புரிகிறான்.

அவனை அறம் கருதியும், பொருள் கருதியும், இன்பங் கருதியும், வீடு கருதியும் பல துறையிலும் ஈடுபட்ட மக்கள் வழிபடுகிறார்கள். பேய்மகள்கூடத் தனக்குப் பசியடங்க உணவு கிடைத்த நிறைவினால் அவனைப் பாடி வாழ்த்தித் துணங்கை ஆடுகிறாள்.

தேவசாதியினரில் அவனை வணங்காதார் யார்? அவனைப் பாடி மலைச்சாரற் சோலையிலே ஆடும் சூரர மகளிர் அவனுக்கு அடிமை செய்பவர்களே. கந்தருவரும் அவர் மாதரும் தம்முடைய இனிய இசையினால் அவன் உள்ளத்துக்கு உவப்பை உண்டாக்குகிறார்கள். இந்திரனும் திருமாலும் சிவபிரானும் அவனிடம் தம் குறையைத் தீர்த்துக் கொள்ள வருகிறார்கள். முப்பத்து மூன்று தேவர்களும்

பதினெண் கணத்தினரும் தமக்குரிய காரியங்களை நிறைவேற்றிக் கொள்ள அவனை வழி படுகின்றனர்.

மணிமாலையிலே சிறியதும், பெரியதும், கரியதும், செவ்வியதும், பச்சையானதும், மஞ்சளானதுமாகிய பல வகை மணிகளினிடையே ஊடுருவிச் சென்று அவற்றை மாலையாகக் கோர்த்து நிற்கும் இழைபோல, குறவரும், பேய்மகளும், அந்தணரும், முனிவரும், தேவரும், மும் மூர்த்திகளும் பாராட்ட, அவர்களுக்குக் குறைதீர்க்கும் தெய்வமாய், வீரமும் காதலும் எழிலும் குணமும் அன்பும் அருளும் வளர்ச்சிபெற அருளும் தெய்வமாய், எல்லாவற்றிற்கும் ஆதாரமாகக் கோத்து நிற்கும் பெரும் பெயர் இயவுளாகி இலங்குபவன் முருகன்.

அவனைப் பேய் மகளைப் போலப் பசி தீர வாழ்த்து வாரும், சூரர மகளிரைப் போல அழகும் இன்பமும் பெற வாழ்த்துவாரும், தேவர்களைப் போலப் பகை நீங்கவும் பதவி பெறவும் வாழ்த்துவாரும் முனிவரைப் போல் உபதேசம் பெற வாழ்த்துவாரும், ஞானியரைப் போலப் பெறலரும் பரிசிலாகிய முத்திபெற வாழ்த்து வாரும் ஆக வேண்டுவோர் வேண்டியாங்கு வழிபடுவர்.

இந்த நிலையில் முருகனை வைத்துக் காட்டும். நக்கீரர் தம் காலத்தில் வழங்கி வந்த புராண வரலாறுகள் சிலவற்றை அங்கங்கே குறித்துச் செல்கிறார். முருகன் அக்கினியால் தாங்கப் பெற்றவன், அறுவர் பயந்த செல்வன், சரவணப் பொய்கையில் தவழ்ந்தவன், நான்முகனைத் தண்டித்தவன், சூரனைச் சங்காரம் செய் தவன், மாமரத்தைத் தடிந்தவன், மலைமகள் மகன், தேவர்படைத்தலைவன் என்னும் செய்திகளை இந்நூலிற் காணலாம்.

முருகனுடைய இயல்புகளை நக்கீரர் வெவ்வேறு இடங்களில் வெவ்வேறு விதமாகச் சொல்லி ஈடுபடுவார். அவன் வீரத்தைப் பலபடியாகப் பாராட்டுவார். கருணைத் திறத்தைப் புலப்படுத்துவார். அழகை விரிப்பார். ஒளியைப் புகழ்வார்.

இன்பநிலையை எடுத்தோதுவார். வள்ளன்மையை வாழ்த்துவார். தலைமையைச் சாதிப்பார். கூத்தைக் குறிப்பார். புலமையையும், இளமையையும், புகழையும், காதலையும், கொற்றத்தையும், உரிமையையும், செல்வத்தையும், வலிமையை யும், எல்லையில்லாப் பெருமையையும், அன்புடை மொழியையும் குறிப்பித்துச் செல்வார்.

அவர் காட்டும் முருகனுக்குக் கழலும் தொடியும் குழையும் முடியும் ஆபரணங்கள். கலிங்கமும், துகிலும் கச்சும் ஆடைகள். கடம்பும் ஆரமும் மாலைகள். காந் தளும் வெட்சியும் கண்ணிகள். வேலும் வில்லும் அங்குசமும் கேடகமும் ஆயுதங்கள். சேவலும் மயிலும் கொடிகள். பிணிமுகமும் மயிலும் தகரும் வாகனங்கள். வள்ளியும் தேவயானையும் மனைவிமார்.

அவன் திருவுருவத்துக்குச் சூரியன் உவமையாகிறது. அவன் வீரக்கைக்கு இடியேறு ஒப்பாகிறது. அவன் திருமுகத்துக்குத் திங்களும், குழைகளுக்கு நட்சத்திரமும் உபமானமாகின்றன.

அர்ச்சனை செய்வதற்கு ஏற்றபடி அழகான பல திரு நாமங்களை இந்நூலில் எடுத்துரைத்திருக்கிறார் புலவர். முருகன் என்ற பெயருக்கு மிக்க சிறப்பளிக்கிறார். "அரும்பெறல் மரபிற் பெரும்பெயர் முருக" என்கிறார். "அறுவர் பயந்த ஆறமர் செல்வ, ஆல்கெழு கடவுட் புதல்வ, மலைமகள் மகனே" என்பன போலப் பல திருநாமங்களைக் கூறுகிறார்.

இவ்வாறு உருவமும் இயல்பும் விரித்து, செயலும் பெயரும் உரைத்து, இடமும் வழிபாட்டு முறையும் வகுத்து, உபமானத்தாலும் வருணனையாலும் முருகனை நம் அகக்கண்முன் எழுந்தருளச் செய்கிறார் நக்கீரர்.

முருகனைப்பற்றிய நூலாக இருந்தாலும் இதன் கண் நக்கீரர் காலத்தில் வாழ்ந்த தமிழர் வாழ்க்கையைப் பற்றிய செய்திகளும் இடையிடையே விரவியிருக்கின்றன. அக்காலத்து நாகரிகமும், முயற்சியும், வழக்கமும், வழிபாடும்,

உடையும் ஊணும்,அணியும், படை யும், இசையும், கூத்தும் இன்னபடி இருந்தன என்பதை இந்நூலைக் கொண்டு ஓரளவு தெரிந்து கொள்ளலாம்.

முருகன், இந்திரன், நான்முகன், திருமால், சிவ பிரான், உமாதேவி, திருமகள், யமன், கந்தருவர், முப் பத்துமூன்று தேவர், பஞ்சபூதத் தலைவர், பதினெண் கணத்தார் ஆகியவர்களைப் பற்றிய செய்திகளை அக் காலத்துத் தமிழர் உணர்ந்திருந்தனர். அந்தணர் வேதம் ஓதினர்; வேள்வி செய்தனர். முருகனுக்குரிய ஆறெழுத்தை ஜபிக்கும் முறையும் பட்டினி இருந்து வழிபடும் முறையும் இருந்தன. மலைநாட்டு மக்கள் ஆட்டைப் பலியிட்டுப் பூசை போட்டார்கள். ஊருக்கு ஊர் திருவிழா நடைபெற்றது.

மலைச்சாரல்களில் பல ஊர்கள் இருந்தன. குறவர் அங்கே வாழ்ந்தனர். வேலனும், குறமகளும் அவர்களுக்குத் தெய்வ நம்பிக்கையை ஊட்டி வந்தனர். தேனை மூங்கிற் குழாயிலே நிரப்பிப் பல நாள் புளிக்க வைத்து அதைக் குறவர் உண்டனர். குறிஞ்சிப் பண்ணைப் பாடித் தொண்டகப் பறையை அடித்துக் குரவைக் கூத்தாடினர். தினையரிசியைச் சமைத்து உண்டனர்.

பேரூரும் சிற்றூருமாக நாடு முழுவதும் ஊர்கள் இருந்தன. பேரூர்களில் நான்கு தெருக்கள் கூடும் சதுக்கமும் பல தெருக்கள் கூடும் சந்தியும் இருந்தன. அத்தகைய பேரூர்களில் ஒன்று மதுரை. அதில் பெரிய மதில் இருந்தது. மதில் வாயிலில் பாண்டியனது கொடி பறந்தது. பந்தும் பாவையும் நெருங்கின. பகைவர் வந்தால் அவற்றை ஆடும் பெண்களைப் போலப் புக வேண்டுமென்ற குறிப்பை அவை இரண்டும் உணர்த்தின. நகரத்தில் செல்வ வளம் மிக்க கடைவீதிகள் இருந்தன. மாடங்கள் பல இருந்தன. மாடமலி மறுகுகள் இருந்தன.

குளம் வெட்டிச் சோலை வளர்த்துச் சபை கூட்டி வாழ்ந்தனர் தமிழர். மன்றமும் பொதியிலும் கோயிலும் அவர் கூடும் இடங்கள்.

பல இசைக் கருவிகளை அவர்கள் வாசித்தார்கள். குழலும் கோடும் சங்கும் ஊதினர். யாழ் வாசித்தனர். மணி ஒலித்தனர். முரசும் முழவும் தொண்டகப் பறையும் துடியும் அடித்தனர். குறிஞ்சிப் பண் பாடினர். குரவைக் கூத்தும் துணங்கைக் கூத்தும் ஆடினர்.

இன்பத்துக்குரிய தாரும், அடையாள மாலையாகிய கண்ணியும், ஆயுதமும், கொடியும், வாகனமும் தலைவனுக்குரியவை; கொடியை வாழ்த்துவதும், யானையை வாழ்த்துவதும், களம் பாடுவதும் தலைவன் புகழைப் பாராட்டும் வகைகள். ஆடையைப் புரளப் புரள உடுத்தல் தலைவன் இயல்பு. ஈர உடையோடே வழிபடல் அந்தணர் இயல்பு. உள்ளொன்றும் புறம் பொன்றுமாக இரு வேறு நிறம் பெற்ற ஆடையை உடுத்துப் பூசை போடுவது குறமகள் வழக்கம். முடி, குழை, தொடி, வளை, பொன்னரி மாலை, முத்து மாலை, மேகலை, பருமம், கழல், கிண்கிணி, சீதேவியென்னும் தலைகோலம், வலம்புரி, மகரவாய் என்பன அக்காலத்து ஆபரண வகைகள். பொன்னாபரணங்களை அணிதல் ஆடவருக்கும் மகளிருக்கும் சிறப்பைத் தந்தது. முருகனை, 'பொலம்பூண்சேய்" என்றும், உமா தேவியை, 'இழையணி சிறப்பிற் பழையோள்' என்றும் சொல்வதிலிருந்து இது புலப்படும்.

கண்ணியாகவும் மாலையாகவும் மலரைக் கட்டி அணிதல் ஆடவர் வழக்கம். பெண்கள் தலையில் விடு பூவாக வைத்துக் கொள்ளுதலும், இரட்டைப் பூவாகத் தொடுத்துத் தலைக்கோலத்தைச் சுற்றி வளைத்துக் கட்டு தலும், கொத்தாகச் செருகிக் கொள்ளுதலும், காதில் தளிரைக் குழையாகச் செருகிக் கொள்ளுதலும், மாலை புனைதலும் வழக்கம். தழையும் பூவும் கலந்து அமைந்த ஒருவகை ஆடையை இடையில் உடுத்தனர். சந்தனத்தைப் பூசி அதன்மேலே கடம்ப மலர்த்தாதைத் திமிர்ந்து அதன் மேலே விளாவின் இளந்தளிரைக் கிள்ளி அப்பிக் கொண்டனர். ஆடை, அணி, மலர் என்பன அழகுக் கோலம் புனைய

இன்றியமையாதன என்ற உணர்வு அக்காலத் தமிழருக்கு இருந்தது.

முருகனைப் பற்றிய புகழை வெளியிடும் நூல் இது. ஆனாலும் தமிழ்நாட்டில் வாழ்ந்த தமிழ்ப்புலவர் இயற்றியதாதலின் அவர் காலத்து மணம் இதில் வீசுவது இயற்கையே. தெய்வங் கொள்கையில் ஊறி நின்ற தமிழர் இயற்கையழகை நுகர்ந்து நாகரிக வாழ்வு நடத்தி வாழ்ந்த செய்தியை இப்பாட்டு, போகிற போக்கிலே தெளிய வைக்கிறது. முருகன், மக்கள் யாவரும் தேவரும் மூவரும் வழிபடும் சமரசத் தெய்வமென்று காட்டியதோடு நில்லாமல், அவனை வழிபடுவாரை வருணிக்கும் வாயிலாக நாட்டு நிலையையும் மக்கள் உள்ளப் பாங்கையும் நம்பிக்கைகளையும் காட்டியிருக்கிறார் நக்கீரர். சங்க காலத்துச் செய்யுளுக்கு இயல்பான இயற்கை வருணனையையும் இந்நூலிலே காணலாம்.

நக்கீரர் பல நூற்றாண்டுகளுக்கு முன்னே வாழ்ந் திருந்தாலும், அவர் வருணித்த மகளிரும் வாழ்க்கையும் இன்று மாறிப் போயிருந்தாலும் முருகன் இன்றும் சமரசத் தெய்வமாக விளங்குகிறான்; மணங்கமழ் தெய்வத்து இளநலம் உடையவனாக வழிபடப் பெறுகிறான். அவன் என்றும் அழியாத இளநலத்தோடு அன்பர் உள்ளத்தில் இலங்குவது போலத் தமிழ்மொழியும் இவ் வளவு காலமும் கடந்து நின்று இன்றும் கன்னித் தமிழாக நிலவுகிறது. நக்கீரர் பாடிய முருகனை, அவர் பாடிய தமிழாலே அவருக்குப் பின்னே எத்தனையோ புலவர்கள் பாடியிருக்கிறார்கள். வேறுபட்ட பலபல இடங்களிலே பலபல வேறுபாடான வழிபாடுகளிலே முருகன் தெய்வமாக விளங்கியதுபோலப் பலபல காலங்களிலேயும் பலபலவேறு பாட்டினிடையே அவன் தெய்வமாக விளங்கிவருகிறான். அவனைப் பாடிய தமிழ் நூல்கள் அந்த வேறுபாட்டு நயத்தைத் தெளிவிக்கின்றன. நாளடைவில் கதைகள் வேறுபட்டன; கருத்துக்கள் விரிந்தன; வழக்கங்கள் வேற்றுமை அடைந் தன. ஆனால் முருகன்

மாத்திரம் தமிழ் முருகனாக அன்று போலவே இன்றும் இருக்கிறான்.

வழிகாட்டி

சென்னை மாநகரில் ஒரு நண்பரைத் தேடிக் கொண்டு கிராமவாசி ஒருவர் வருகிறார். நண்பருடைய பெயர் மாத்திரம் தெரியும்; ஒருவாறு தெருவும் தெரியும். ஆனால் வீட்டு எண்ணை மறந்துவிட்டார். அவர் எத்தனை மணி நேரம் அலைந்தாலும் கால் கடுக்க நடப் பதுதான் மிச்சமாக முடியுமே யொழிய வீட்டைக் கண்டு பிடிக்க இயலாது. ஆனால் யாராவது புண்ணியவான் தெருவைச் சுட்டிக்காட்டி, அங்கே போய் விசாரியுங்கள் என்று வழிக்காட்டினால், அலைந்த திரிந்த அந்தக் கிராம வாசிக்கு எவ்வளவோ ஆறுதல் உண்டாகும். வழி காட்டியவனை வாயார வாழ்த்துவார்.

இந்த நகரத்தில் வழிகாட்டுபவருக்கே இவ்வளவு கௌரவம் இருந்தால், போகமுடியாத இடங்களுக்கு, இமாசலத்தைப் போன்ற அரிய இடங்களுக்குப் போக வழி காட்டுபவர்களுக்கு எவ்வளவு கௌரவம் இருக்க வேண்டும்! மோட்ச லோகத்துக்கு வழிகாட்டிகளாக நிற்கும் ஆசாரியர்களுக்கு உள்ள கௌரவத்தைக் கொண்டு, வழிகாட்டும் தொண்டின் பெருமையை ஒருவாறு ஊகித்துக் கொள்ளலாம்.

பாதையில் வழிகாட்டக் கைகாட்டி மரங்களும், பல ஊர்களுக்கு வழிகாட்ட யாத்திரைப் புத்தகங்களும் உதவி செய்கின்றன. ரெயில்வேக்காரர்கள் அவ்வப்போது வழிகாட்டும் குறிப்புகள் அடங்கிய புத்தகங்களை வெளியிடுகிறார்கள். தலங்களுக்குச் செல்லும் வழிகாட்டிகளாகப் பல புத்தகங்கள் இருக்கின்றன.

இவைகளெல்லாம் அந்த அந்த ஊருக்குப் போக எண்ணு பவர்களுக்கு மிகவும் உபயோகமாக இருக்கும். மற்றவர் களுக்கு அவ்வளவு உபயோகமாக இருக்குமென்று சொல்ல முடியாது.

மேல்நாட்டினர் இலக்கியங்களைப் பிரித்து வைத்த முறையில், பிரயாண நூல்கள் என்ற ஒரு வகையை வகுத்திருக்கிறார்கள். ஒரு வகையில் அந்த நூல்களை மேலே சொன்ன வழிகாட்டிகளுக்கு இனமாகவே சொல்லலாம். ஆனால் அந்த நூல்களின் தலைமையான நோக்கம் வழிகாட்டுவது அல்ல. பிரயாணம் செய்த ஒருவர் தம்முடைய பிரயாண அநுபவத்தை இலக்கியச் சுவையோடு சொல்லும் நூல்கள் அவை. பிரயாணம் செய்தவர்கள் தம் உள்ளத்தில் தோன்றிய உணர்ச்சிகளையும், தாம் பெற்ற அநுபவங்களையும், அவற்றோடு சம்பந்தமுள்ள பல செய்திகளையும் அவற்றில் எழுதியிருப்பார்கள். அவை படிக்கப் படிக்க இன்பம் தருவனவாக இருக்கும்.

நம்முடைய நாட்டில் உரைநடை நூல்கள் மிகுதியாக வரும் இக்காலத்தில் சிலர் பிரயாண நூல்கள் எழுதி வருகிறார்கள். பிரயாணத்தை நன்றாக அனுபவித்தால் தான் சுவையான செய்திகளைச் சொல்ல வாய்ப்பு இருக் கும். அதற்கு அமைதியான பிரயாணமும் எல்லாவற்றை யும் கூர்ந்து பார்க்கும் உள்ளப்பாங்கும் வேண்டும். இந்தக் காலத்தில் பிரயாணங்களெல்லாம் வெகு வேகமாக நடைபெறுகின்றன. நூற்றுக்கணக்கான மைல்கள் பிரயாணம் செய்தாலும் இடைவழியிலே கண்ட காட்சி ஒன்றும் மனத்தில் பதிவதில்லை.

பண்டைக் காலத்தில் யாத்திரை செய்வதென்பதை ஆத்மார்த்தமான செயலாக நினைத்தனர். தல யாத்திரை, தீர்த்தயாத்திரை இரண்டும் சித்த சுத்தியை அடைவதற்குரிய சாதனங்களாகக் கருதினர்.

"மூர்த்திதலம் தீர்த்தம் முறையாத் தொடங்கினார்க்கு வார்த்தைசொலச் சற்குருவும் வாய்க்கும் பராபரமே" என்று தாயுமானவர் சொல்லியிருக்கிறார். யாத்திரை செய்பவர்கள் நிதானமாக ஒவ்வோர் இடமாகச் சென்று தங்கி மேலே தொடர்வார்கள். இதனால் மக்களையும்

இடங்களையும் பற்றிய பல செய்திகள் அவர்கள் உள்ளத்தே தேங்கி நிற்கும். அந்தக் காலத்தில் பல ஊர் சுற்றினவர்களிடமிருந்து மக்கள் பலபல செய்திகளை ஆவலோடு கேட்டுத் தெரிந்து கொள்வார்கள்.

மிகப் பழங்காலத்துத் தமிழ் நாட்டில் சில வகையினர் எப்போதும் யாத்திரை செய்வதையே தங்கள் தொழிலாகக் கொண்டிருந்தார்கள். முக்கியமாகக் கலைத் தொடர்புடையவர்கள் தங்கள் ஊரென்று ஒன்றை உடையவர்களாக இருந்தாலும், பெரும்பாலும் தமிழ்நாடு முழுதும் யாத்திரை செய்து கொண்டே இருந் தார்கள். ரசிகர்கள் எங்கே இருக்கிறார்கள் என்று தேடிக் கண்டு பிடித்து அவர்களை வலிய அணுகித் தங்கள் கலைத்திறத்தைக் காட்டி வந்தார்கள். இயற்றமிழை அறிந்து கவிஞராக விளங்கிய புலவர்கள், இசைக் கலையில் தேர்ந்த பாணர், அவருள் பெண்பாலராகிய விறலியர், வேடம் புனைவதில் வல்ல பெருநர், நாடகமாடும் கூத்தர் என்னும் கலைஞர்கள் பழுத்த மரத்தைத் தேடும் வௌவால்களைப் போல, எங்கே கலைநயம் தேர்ந்து பாராட்டி ஆதரிக்கும் உபகாரி இருக்கிறான் என்று தேடிக் கொண்டு ஊர் ஊராய்ச் செல்வார்கள். அவர் களுக்கு எல்லா இடமும் சொந்த ஊர்; எல்லாரும் உற வினர். "யாதும் ஊரே, யாவரும் கேளிர்" என்ற மனோ பாவத்தோடு அவர்கள் தமிழ்நாடு முழுவதும் தங்கள் வீடாக எண்ணி உலவி வந்தார்கள்.

எப்போதும் பிரயாணம் செய்துகொண்டு வரும் இந்தக் கலைஞர்கள் பிரயாண நூல் எழுதினால் எப்படி இருக்கும்? சாதாரண மனிதன் தன் அநுபவத்தைச் சொன்னாலே நாம் ஆவலோடு கேட்கிறோம். கலைஞன் ஒருவன் சொன்னால் பின்னும் ஆர்வத்தோடு கேட்க லாம் அல்லவா? பழங்காலத்தில் இவர்கள் எல்லோரும் எழுதாவிட்டாலும் புலவர்கள் பிரயாண நூல்கள் எழுதியிருக்கிறார்கள். பாட்டும் கூத்தும் பயிலும் கலைஞர்கள் பாடுவார்கள்; ஆடுவார்கள். புலவர்கள் தங்கள் அநுபவத்தையும் மற்றவர்கள் அநுபவத்தையும் சேர்த்துக் கவி பாடுவார்கள்.

பழங்காலப் புலவர்கள் இயற்றிய பிரயாண நூல்களுக்கும் இக்காலத்துப் பிரயாண நூல்களுக்கும் பல வகையில் வேற்றுமை உண்டு. முதலாவது, பழைய பிரயாண நூல்கள் செய்யுளாக இருக்கின்றன. இக்காலத்தவை உரைநடையில் உள்ளன. பழைய பிரயாண நூல்கள் நேரடியாகப் பிரயாணத்தைப் பற்றிச் சொல்லாது, குறிப்பிட்ட ஊருக்குப் போகும்வழி, அங்கே உள்ள காட்சிகள் என்பன இரண்டு வகை நூல்களிலும் காணப் பட்டாலும், பழந்தமிழ்ச் செய்யுட்களிலே நூலின் முக்கியமான கருத்து அந்த ஊரிலுள்ள ஓர் உபகாரியின் புகழை வெளிப்படுத்துவதாக இருக்கும். அதனால் நூலைப் படிக்கும்போது பிரயாண நூல் என்று தோற்றாது. ஆனாலும் பிரயாண நூலினால் கிடைக்கும் இன்பத்தை அதனால் பெறலாம்.

இந்தப் பழைய பிரயாண நூல்களுக்கு ஆற்றுப் படை என்ற பெயர் வழங்கி வந்தார்கள். ஆற்றுப்படை என்ற தொடருக்கு வழி காட்டுதல் என்பது பொருள். ஆறு என்பது வழி. ஒருவனை இன்ன வழியே போ என்று வழிகாட்டுவதால் அத்தகைய நூல்களுக்கு ஆற்றுப்படை என்ற பெயர் வந்தது. ஓரிடத்துக்குப் போக வேண்டுமென்ற நோக்கத்தை உடையவனுக்கு மற்றொருவன் அந்த இடத்துக்குப் போகும் வழியையும், அவ்வழியிலுள்ள காட்சிகளையும், போகும் இடத்தின் விவரங்களையும் சொல்வான். போகிறவன் ஊரைப் பார்க்கப் போகிறவன் அல்லவே! அவ்வூரில் உள்ள உபகாரி ஒருவனைப் பார்க்கப் போகிறான். ஆகையால் அந்த உபகாரியின் பெருமையையும் சேர்த்துச் சொல்வான். இவ்வாறு வழிகாட்டுகிறவன் முன்பே அந்த உபகாரியினிடம் சென்றவனாக இருந்தால்தானே இவ்வளவு விவரங்களையும் சொல்ல முடியும்?

ஆற்றுப்படையின் இலக்கணம் தொல்காப்பியத்தில் இருக்கிறது. கூத்தர், பாணர்,பொருநர், விறலியர் என்பவர்கள் வழியிடையே எதிர்ப்பட்ட தம் இனத்தாரை எந்த உபகாரியிடம் தாம் சென்று பரிசு பெற்றார் களோ அந்த

உபகாரியிடம் போகும்படியாகச் சொல்லி வழி காட்டுவது என்பது அந்த இலக்கணம்.

**"கூத்தரும் பாணரும் பொருநரும் விறலியும்
ஆற்றிடைக் காட்சி உறழத் தோன்றிப் பெற்ற
பெருவளம் பெறாஅர்க்கு அறிவுறீஇச்
சென்று பயனெதிரச் சொன்ன பக்கமும்."**

(உறழ - ஒருவரை ஒருவர் சந்திக்க. வளம் - செல்வம். அறிவுறீஇ - தெரியப்படுத்தி பயன் எதிர - பிரயோசனத்தை அடையும்படியாக)

தொல்காப்பியம் இப்போது கிடைக்கும் தமிழ் நூல்களுள் மிகப் பழமையானது. அதில் இந்த இலக்கணம் கூறப் பெறுவதனால், அதற்கு முன்பே பல ஆற்றுப் படைகள் தமிழில் வழங்கியிருக்க வேண்டும் என்று தோற்றுகிறது. ஆயினும் அவற்றில் ஒன்றேனும் இப்போது கிடைக்கவில்லை.

தொல்காப்பியத்துக்குப் பிறகு கடைச்சங்ககாலத்தில் தொகுக்கப்பெற்ற நூல்களில் ஆற்றுப்படைச் செய்யுட்கள் பல உள்ளன. பத்துப்பாட்டு என்ற தொகையில் பத்து நூல்கள் இருக்கின்றன. அந்தப் பத்தில் பாதி ஆற்றுப்படைகள். திருமுருகாற்றுப்படை, பொருநராற்றுப் படை, சிறுபாணாற்றுப்படை, பெரும்பாணாற்றுப் படை, கூத்தராற்றுப்படை, (மலைபடுகடாம்) என்னும் ஐந்தும் அதன் கண் உள்ளன. கடைச்சங்க நூல்களைச் சொல்லும்போது பத்துப்பாட்டை முதலில் வைத்துச் சொல்வது வழக்கம். ஆற்றுப்படைகள் பல உள்ள பெருமையே அத்தொகையை முதலாவதாக எண்ணச் செய்ததுபோலும்.

பத்துப்பாட்டில் முதலில் நிற்பது திருமுருகாற்றுப் படை. திரு என்ற அடை பிற்காலத்தில் வந்ததாக இருக்கலாம். முருகாற்றுப்படை என்பது அதன் இயற்பெயர்.

முருக - முருகன். முருகனிடத்தில் செல்லும்படி வழி காட்டும் நூல் என்பது பொருள். வழிகாட்டுபவர் நக்கீரர்; செல்ல எண்ணுபவன் புலவன். பிரயாணத்தை யார் மேற்கொள்கிறார்களோ அவர்களுக்கு வழிகாட்டுவதாகையால் அவர்கள் பெயரால் தான் பெரும்பாலும் ஆற்றுப்படை வழங்கும். 'யாத்திரிகர்களுக்கு வழிகாட்டி', 'மாணவர்களுக்கு வழிகாட்டி' என்ற பெயர்களோடு புத்தகங்கள் வழங்குவதை இக்காலத்தில் பார்க்கிறோமே. பாணனுக்கு வழிகாட்டினால் அது பாணாற்றுப் படையாகும். கூத்தருக்கு வழி சொன்னால் கூத்தராற்றுப் படையாகும். திருமுருகாற்றுப்படை புலவருக்கு வழிகாட்டியாக இருப்பதால் புலவர் ஆற்றுப்படை என்ற பெயரோடு வழங்க வேண்டும். பழைய காலத்தில் இருந்த உரையாசிரியர்களிற் சிலர், இந்நூலைப் புலவ ராற்றுப்படையென்றே குறித்துச் செல்கின்றனர்.

ஆயினும் முருகக் கடவுளின் புகழைச் சொல்வதென்று, பெயரைக் கேட்ட மாத்திரத்திலே தெரிய வேண்டும் என்ற நினைவினால் நக்கீரர் இதற்கு முருகாற்றுப்படை என்று பெயர் வைத்திருக்கலாம்.

உலகில் உள்ள ஒருவனிடத்திற்குப் போகவேண்டுமானால் வழிகாட்டலாம். கடவுள் உள்ள இடத்துக்கு வழி காட்டுவது எப்படி? அவர் எங்கும் நிறைந்தவராயிற்றே! உண்மை தான். ஆனாலும் நாம் கடவுளை வணங்கக் கோயிலுக்குச் செல்கிறோம்: தலங்களுக்குப் போகிறோம். எங்கும் நிறைந்த கடவுளின் நினைவு அந்த இடத்திலே அதிகமாக உண்டாகிறது. மற்ற இடங்களில் வேறு காரியங்களுக்கிடையே கடவுளை நினைக்க வேண்டும். கோயில்கள் கடவுளை நினைப்பதற்காகவே உரிய தனியிடங்களாக இருக்கின்றன.

ஆகவே, நக்கீரர் முருகப் பெருமான், உள்ள இடங்கள் இவை என்று தலங்களைச் சொல்கிறார். எங்கும் இருக்கின்றான்

என்பதையும், முருகன் எத்தகையவன் என்பதையும் விரிவாகச் சொல்லுகிறார்.

முருகவேள் எழுந்தருளியிருக்கும் இடங்களில் முக்கியமானவை ஆறு என்று கருதி அவற்றைப் பற்றிய செய்திகளை நக்கீரர் சொல்கிறார். மதுரைக்கு அருகில் உள்ள திருப்பரங்குன்றம், திருச்செந்தூராகிய திருச் சீரலைவாய், பழனியாகிய திருவாவினன்குடி, சுவாமி மலையென்று வழங்கும் திருவேரகம், எல்லா மலைகளுமாகிய குன்றுதோறாடல், அழகர்மலையென்று இன்று வழங்கும் பழமுதிர்சோலை என்ற ஆறையும் ஆறுபடை வீடுகள் என்று கூறுவர். முருகவேள் பெரிய அரசனைப் போன்றவனாதலின் அவன் தன்னுடைய பரிவாரங்களுடன் தங்கியிருக்கும் இடங்கள் அவை என்பதை அப்பெயர் குறிக்கின்றன. இயற்கையான அரண்மனை இருக்கவும் அங்கங்கே தங்கிப் பாடி அமைக்கும் பேரரசனைப்போல முருகவேளும் எங்கும் நிறைந்தவனாக இருப்பினும் இந்த ஆறிடங்களிலும் தங்கித் தன் பால் வருபவர்களுக்கு அருள் செய்கிறான்.

முருகனிடத்திலே செல்பவனுக்கு என்ன பயன் கிடைக்கும்? அழியாத பெருஞ் செல்வமாகிய மோட்சந்தான் பயன். தல தரிசனம் செய்தால் முக்தி யின்பம் கிடைக்குமென்று புராணங்கள் சொல்கின்றன. அதைப் போலவே நக்கீரரும் முருகன் வாழும் தலங்களுக்குச் சென்று வழிபட்டால் வீடு பெறலாம் என்று சொல் கின்றார். நக்கீரர் சொல்லும் முறை அழகானது; சுவைப் பதற்குரியது.

பிறந்த கதை

மாலை நேரம். தண்ணிய தென்றல் மெல்ல வீசியது. சூரியன் தன் கிரணங்களை மடக்கிக் கொண்டு மேல் கடலிலே குளிக்க விரைந்து கொண்டிருந்தான். அப்போது பாண்டியன் தன் அரண்மனையின் மேல் மாடத்தில் தென்றற் காற்றையும் வானத்துக் காட்சியையும் நுகர்ந்து உலாவிக் கொண்டிருந்தான். சட்டென்று பாண்டியன் இயக்கம் தடைப்பட்டது. அவன் எதையோ கூர்ந்து கவனித்தான். தென்றலோடு வந்த புதுமை மணத்தில் அவன் நெஞ்சம் ஈடுபட்டது. அத்தகைய மென்மணத்தை அவன் இதுகாறும் தனியே கவனித்ததில்லை. சற்றே திரும்பிப் பார்த்தான். அவனுடைய பட்டமகிஷி மற்றொரு கோடியில் தன் கூந்தலை ஆற்றிக் கொண்டிருந்தாள். அவளிடத்திலிருந்து தென்றல் மணத் தைச் சுமந்து வந்தது. 'இவள் கூந்தலின் நறுமணமா இது! உயர் ஜாதி மகளிர் கூந்தலுக்கு இயற்கை மணம் உண்டு போலும்!' என்று நினைந்து வியந்தான் பாண்டியன்.

மறுநாள் வழுதி அரசவையில் வீற்றிருக்கும் போது அருகில் உள்ள புலவர்களை நோக்கி, "நேற்று மாலை நான் ஒரு நறுமணம் நுகர்ந்தேன். அதன் மூலகாரணத்தை ஓர்ந்து கவி புனைய வேண்டும்" என்றான். இச்செய்தி சங்கத்தில் இருந்த 49 புலவர்களுக்கும் தெரிவிக்கப் பெற்றது. கபிலர், பரணர், நக்கீரர் முதலிய புலவர்கள் வீற்றிருந்து தமிழரசாட்சியை நடத்தி வந்த காலம் அது.

புலவர்கள் பாடத் தொடங்கினார்கள். இறைவன் செய்த மாயையோ யாதோ, அவர்களால் பாண்டியனது உள்ளக் குறிப்பை உணர இயலவில்லை. பாட்டுப் பாடிப் பாண்டியனிடம் காட்டினர். அவன் எல்லாவற்றையும் நோக்கினான். ஒன்றாலும் அவனுக்கு திருப்தி உண்டாக வில்லை. தமிழுலகில் தலைசிறந்த அந்தப் புலவர்களாலேயே தன் கருத்துக்கு இசையப் பாட முடியவில்லையே என்ற துயரம் பாண்டியனை ஆட்கொண்டது. 'அப்படி யானால்

தெய்வப் புலமையே உலகத்தில் அஸ்தமித்துப் போய்விட்டதா? அதையும் பார்த்துவிடலாம்' என்று எண்ணி, ஆயிரம் பொன்னை எடுத்து ஒரு கிழியில் இட்டுத் தமிழ்ச் சங்கத்தின் முன்னே அதைத் தொங்க விட்டு, "என் கருத்தைத் தெரிவிக்கும் கவிதை பாடுவாருக்கு இது உரியது" என்ற செய்தியை எங்கும் பரப்பினான். சங்கப் புலவர்களின் அகங்காரத்தை அடக்கும் பொருளாக அக்கிழி சங்க மண்டபத்தின்முன் தொங்கிக் கொண்டிருந்தது.

மதுரையில் சுந்தரேசக் கடவுளுக்குப் பூஜை செய்து வந்த தருமி என்ற ஆதிசைவன் அப்பெருமானிடத்திலே அளவற்ற பக்தியுடையவனாக இருந்தான். அவன் பிரமசாரி. மணம் செய்து கொண்டு புத்திரனை பெற்றால் வழிவழி வந்த பூஜைத் திருத்தொண்டு இடையறாமல் நடைபெறும் என்ற வேட்கை அவனுக்கு எழுந்தது. ஒரு பெண்ணைப் பார்த்து மணம் செய்துகொள்ளப் போதிய பொருள் அவனிடம் இல்லை. பிறரிடம் சென்று யாசகம் செய்யும் மனப்பாங்கும் அவனுக்கு இல்லை.என் செய்வது? தனக்கு உரிய பெருநிதியும் துணையும் சுந்த ரேசப் பெருமானே என்ற உறுதியுடையவனாதலினால் அப்பிரானிடத்திலேயே முறையிட்டுக் கொண்டான். "உன்னுடைய வழிபாடு பரம்பரையாக வந்து கொண்டிருக்கிறது. எனக்குச் சந்ததி உண்டானால் தான் இந்தத் தொண்டுத் தொடர் அறாது நிற்கும். நான் மணம் செய்து கொள்ளப் பொருள் இல்லையே!" என்று விண்ணப்பித்துக் கொண்டான்.

அன்பருக்கு இரங்கும் ஆலவாய் பெருமான் அவனுக்கு அருள் செய்யும் காலத்தை எதிர்நோக்கியிருந்தார். பாண்டியன் பொற்கிழியைத் தொங்கவிட்டு, தன் கருத்தைப் பாடுபவருக்கென்று வைத்திருப்பதை உணர்ந்து; 'கொங்குதேர் வாழ்க்கை' என்று தொடங்கும் செய்யுள் ஒன்றைப் பாடித் தருமியின் கையில் அளித்து, "இதைக் கொண்டு சென்று பாண்டியனிடம் காட்டிப் பரிசு பெற்று உன் விருப்பத்தை நிறைவேற்றிக் கொள் வாயாக" என அருளினார். அந்தப் பிரமசாரி அப்படியே அதனைப் பெற்றுச் சென்று

பாண்டியனிடம் காட்டினான். தலைசிறந்த புலவர்களாலும் உணர்தற்கரிய பொருளை உணர்ந்து பாடிய பாட்டாக அது இருந்தது.'மடந்தையர் கூந்தலுக்கு இயற்கை மணம் உண்டென்பதை அகத்துறைப் பாட்டில் வைத்துத் தெரிவித்திருந்தது கண்ட பாண்டியன் உள்ளம் மகிழ்ச்சி வெள்ளத்தில் ஆழ்ந்தது. "பொற்கிழியை எடுத்துக் கொள்க" என்று கூறினான். தருமியும் வெகு வேகமாகக் கிழியை அறுத்துக் கொள்ள ஓடினான்.

"நில் அப்பா! எங்கே,உன் பாட்டை இங்கே கொண்டு வா பார்க்கலாம்" என்ற குரலைக் கேட்டு அவன் நின்றான். சங்கப் புலவர் கூட்டத்தில் ஒருவராக அமர்ந்திருந்த நக்கீரரே அதைக் கூறினார். தருமி பாட்டைக் கொண்டுபோய்க் காட்டினான். புலவர் பாட்டைப் பார்த் தார். "இந்தப் பாட்டைப் பாடிய புலவன் இவன் அல்ல" என்று ஒரு கணத்தில் தெரிந்து கொண்டார். 'இந்தப் பாட்டில் பிழை இருக்கிறது. அது இன்ன தென்று சொன்னால் உனக்கு விளங்காது. இதனைப் பாடித் தந்த புலவனைக் கூட்டிக் கொண்டு வா. பேசிக் கொள்கிறேன்" என்று கடுமையான குரலில் அவர் கூறினார். தருமிக்கு நடுக்கம் எடுத்துக் கொண்டது. 'இதென்ன விபரீதமாயிருக்கிறதே! அரசன் ஆணையை மிஞ்சிய அதிகாரமும், இறைவன் அருளை மறுக்கும் அகங்காரமும் படைத்த இந்த மனிதர் யார்? என்று அவன் நினைத்திருக்கலாம். உடனே ஆலயத்துக்கு ஓடினான்."பெருமானே, எனக்குக் கல்யாணம் இல்லா விட்டாலும் போகட்டும், உன்னுடைய பாட்டைப் பிழையென்று சொல்லி ஒருவன் அகங்கரிக்கின்றானே; இந்த அபவாதத்துக்கு நான் அல்லவா காரணமாகி விட்டேன். முதலில் இதைப் போக்கியருள வேண்டும்" என்று கீழே விழுந்து அழுது புலம்பினான். "நாம் போய் வாதம் செய்வோம்" என்ற திருவாக்கைக் கேட்டு ஆறுதல் அடைந்தான்.

சோமசுந்தரக் கடவுள் ஒரு புலவரைப் போல வேடம் பூண்டு கற்றுச் சொல்லிகளுடன் புறப்பட்டுச் சங்கத்தை நோக்கிச்

சென்றார். "நம்முடைய பாட்டில் குற்றம் கூறினவர் யார்?" என்று கேட்டார். "நான்தான்" என்று மிடுக்காகக் கூறினார் நக்கீரர்."சொல்லிலே குற்றமா? பொருளிலே குற்றமா?" என்று கேட்டார் புதுப்புலவர். "பொருளில்தான், மலராலும் நறுநெய்யாலும் மணம் பெறும் கூந்தலுக்கு இயற்கை மணம் உண்டென்பது பிழை" என்று நக்கீரர் வாதிக்கத் தொடங்கினார்.

"உத்தம மகளிர் திருமேனியிலும் கூந்தலிலும் மணம் உண்டு என்று நூல்கள் கூறுவதை நீர் உணர்ந்த தில்லையோ?"

"நூல்கள் கூறினாலும் நான் நம்பமாட்டேன். இயற்கையில் அது பொய்."

"பாண்டியன் மனைவியைப் போன்ற அரசகுல மடந்தையர் கூந்தல் இயற்கையாகவே நறுமணம் உடைய தென்பதை நீவிர் அறியீரோ?"

"அதை நான் ஒப்புக் கொள்ளமாட்டேன்."

"தேவமடந்தையர் கூந்தலில் நறுமணம் இல்லையா?"

"இல்லை!"

'இந்திராணியின் கூந்தலிலோ?"

"அதுவும் அப்படித்தான்."

"கலைமகள் கூந்தல்?"

"அதுவுந்தான்."

"திருமகளின் எழிற் கூந்தல்?"

"அதுவும் மணமற்றதே."

"உமாதேவியாரின் கூந்தலிலும் இயற்கை மணம் இல்லையா?"

"அங்கும் இல்லை."

"ஞானப் பூங்கோதை யென்ற திருநாமம் வழங்குவதை நீர் அறிந்ததில்லையா?"

"அது தவறு."

நக்கீரர் பெரிய அபராதியாகிவிட்டார். உண்மையை மறுப்பதோடு தேவ மகளிரையும் மூன்று சக்திகளையும் அவமதிக்கும் பெரிய பாவத்துக்கு ஆளாகிவிட்டார். அவரைக் காரணங்காட்டி வெல்வதென்பது இயலாத காரியம். அகங்கார முனைப்பினால் அறிவு தட்டழிந்து நிற்கும் அவருக்கு ஓரளவு அதிகாரத்தைக் காட்டி வழிக்குக் கொண்டுவர வேண்டுமென்று இறைவர் எண்ணினார். சிறிதே தம் நெற்றிக் கண்ணைக் காட்டினார்.

அகங்காரம் தலையெடுத்து வெறி மூண்டால் எதிர் நின்ற பொருளை உணரும் தெளிவு இராது. எதிர்வந்த பொருள் எவ்வளவு வலியதானாலும் அதற்கேற்ப அது சீறி விழுந்து கொப்பளித்துப் பெருகும். நக்கீரர் அந்த நிலையில் இருந்தார். சும்மா சீறிய பாம்பு படமெடுத்துச் சீறுவதைப் போலச் சினம் பொங்க,"நெற்றிக் கண்ணைக் காட்டினாலும் குற்றம் குற்றந்தான்" என்று முழங்கினார்.

தமிழ் மரபு பிறழாமல், இயற்கைத் தத்துவத்தோடு இயைந்த அகத்துறைப் பாட்டைப் பிழையென்று சொல்ல எந்தச் சாமான்யமான புலவனும் துணியமாட்டான். பாண்டியன் மகிழ்ந்ததுபோல மகிழும் இயல்பு தான் தூய உள்ளம் படைத்த புலவனுக்கு இருக்கும். நக்கீரரோ அடிப்பட்ட சிங்கம். தன் தோல்வியினால் எழுந்த சீற்றம் பொங்கக் குமுறுவதைப் போல நின்றார். தம்மாலும் பிறராலும் பாட முடியாத ஒன்றை வேறொருவர் பாடுவது, அதைப் பாண்டியனும் பாராட்டிப் பரிசளிப்பது; இதை அவர் பார்த்துக் கொண்டிருப்பதா? இந்த அகங்காரம் கண்ணை மறைக்கக் குற்றம் இல்லாத இடத்தில் குறைகாணும் இயல்பு நக்கீரருக்கு வந்து விட்டது. நல்லிசைச் சான்றோர் நிலையிலிருந்து

அழுக்காறும் அகங்காரமும் உடைய கீழ் மகனாகிவிட்டார் அவர். ஆகவே, அந்த நிலையில் அவரை நக்கீரராக எண்ணி வாதிப்பதைவிட முரடனாக எண்ணித் தண்டிப்பதே சரியென்ற முடிவுக்கு வந்தார் சோமசுந்தரக் கடவுள்.

நெற்றிக் கண்ணிலிருந்து கொடுந்தீ புறப்பட்டு நக்கீரர் உடலை வெதுப்பியது. தெய்வமடந்தையரைக் குறை கூறும் அளவு தடித்த தடிப்பை உருக்க அது உதவியது. நக்கீரர் உள்ளத்தையும் அது சுட்டது. உடம்பெல்லாம் புண்ணாகியது. வெப்பம் தாங்க மாட்டாமல், 'ஐயோ!" என்று அலறிக் கொண்டு பொற்றாமரைக் குளத்தில் போய் வீழ்ந்தார். ஓரளவு உடல் குளிர்ந்த போது உணர்வு உண்டாயிற்று. தாம் செய்த பிழையை உணர்ந்தார். "பெருமானே! ஓலம் ஓலம்! கருணாநிதியே; ஓலம் ஓலம்! நின் பெருமையை மறந்த என்னைக் காப்பாற்ற வேண்டும். அருளுருவாகிய பராசக்தியை அவமதித்த பெரும் பாவத்துக்கு ஆளாகிய என்னைக் கடைக் கணித்து ஆட்கொள்ள வேண்டும்" என்று முறையிட்டார்.

சிவபெருமான் திருவுள்ளம் இரங்கி அவரைப் பொற்றாமரையிலிருந்து எடுத்துக் கரையில் விட்டார். அவர் உடம்பு முழுதும் தொழுநோய் வந்துவிட்டது. "எம்பெருமானே! இதற்குத் தீர்வு இல்லையா?" என்று சிவபிரானது அடிபணிந்து வேண்டியபொழுது, "கைலாச தரிசனம் செய்தாயானால் இந்த நோய் நீங்கும்" என்று அருளிக் கடவுள் மறைந்தார்.

நக்கீரர் கைலையை நோக்கிப் புறப்பட்டார். மதுரையையும் தமிழ்ச் சங்கத்தையும் பாண்டியனையும் சோமசுந்தரக் கடவுளையும் பிரிய மனம் இல்லாதவராகி மிகவும் உருகிப் புலம்பி வேறு வழியில்லாமல் விடை பெற்றுக் கொண்டு தம் பிரயாணத்தைத் தொடங்கினார்.

மதுரையை அடுத்த திருப்பரங்குன்றத்தை அடைந்த போது சிவபூஜை செய்யும் நேரம் ஆயிற்று. உடனே அங்குள்ள தடாகத்தில் நீராடி அதன் கரையிலுள்ள ஆலமரத்தின் நிழலில்

அமர்ந்து பூஜை செய்யத் தொடங்கினார். பூஜை செய்யும்பொழுது ஓர் அதிசயம் நிகழ்ந்தது. ஆலமரத்திலிருந்து ஒரு பழுத்த இலை உதிர்ந்து கரையில் பாதியும் நீரில் பாதியுமாக விழுந்தது. உடனே கரையில் பட்ட பகுதி பறவையாகவும், நீரில் பட்டது மீனாகவும் மாறி ஒன்றையொன்று இழுத்துக் கொண்டு நின்றன. சிவபூஜையில் ஈடுபட்டிருந்த நக்கீரர் இந்தக் காட்சியிலே மனத்தைப் பறிகொடுத்துச் சிலநேரம் சிவபூஜையை மறந்திருந்தார். அந்தச் சமயம் பார்த்துக் கற்கிமுகி என்ற பூதம் ஒன்று அவரைத் தூக்கிப் போய் அந்த மலையில் உள்ள குகையில் அடைத்து விட்டது. அகங்காரத்தினால் பெற்ற தண்டனை போகக் கைலாசம் செல்ல வந்த அவருக்கு மனச் சலனம் என்ற குற்றத்துக்கு இங்கே சிறைத்தண்டனை கிடைத்தது.

அந்த முழையில் முன்பே 999-பேர் அடைபட்டுக் கிடந்தனர். சிவபூஜையினின்றும் வழுவச் செய்து அதுவே சாக்காகக் கொண்டு கற்கிமுகியினால் சிறைப்படுத்தப்பட்டவர்கள் அவர்கள். அக்கூட்டத்தினர் நக்கீரரைக் கண்டவுடன் ஆரவாரம் செய்து அவரை வைதார்கள். "சிறைப்பட்டாலும் இதுவரையில் நாங்கள் உடல் கொழுக்க உண்டு வந்தோம். நீ வந்து எங்கள் வாழ்வுக்கே உலை வைத்தாயே!" என்று குறை கூறுவதைக் கேட்ட நக்கீரர், "விஷயம் என்ன? என்று விசாரித்தார்."ஆயிரம் பேர்களைக் கூட்டி உண்ணும் வழக்கம் உடையது இந்தப் பூதம். இது வரையில் ஆயிரம் என்ற கணக்கு நிறைவேறாமல் நாங்கள் சௌக்கியமாக இருந்தோம். நீ வந்து அந்தக் குறையைப் போக்கினாய். இனி நமக்கு இங்கே வேலை இல்லை. பூதத்தின் வயிற்றுக்குள் போகவேண்டியது தான்" என்று கூறி நைந்தார்கள்.

நக்கீரர் உண்மை நிலையை உணர்ந்தார். திருப்பரங் குன்றத்தில் முருகக் கடவுள் கோயில் கொண்டிருக்கிறார். வீரமும் கருணையும் உடைய அப்பொருமான் வாழும் மலையில் இப்படி அக்கிரமம் நடைபெறலாமா? புலவர் பெருமான் முருகவேளைத் தியானித்தார். மனம் கசிந்து திருமுருகாற்றுப்படையைப் பாடினார். தமிழுக்கு இரங்கும்

கடவுளாகிய முருகவேள் தோன்றிக் கற்கிமுகி என்னும் பூதத்தைக் கொன்று யாவரையும் விடுவித்தான்.

"ஆறுமுகப் பெருமானே, நின் தந்தைக்கும் தாய்க்கும் அபசாரம் செய்து இந்த நோய்க்கு ஆளானேன். கைலைக் காட்சி பெற்றால் நோய் தீரும் என்று அருளினார் சிவபிரான். மதுரையை அடுத்துள்ள இதைத் தாண்டுவதற்குள்ளேயே இந்த இடையூறு தலைப்பட்டது. இனி நான் எவ்வாறு மக்களால் அணுகுவதற்கு அரி தென்று சொல்லும் கைலையை தரிசிப்பது!" என்று கூறி நக்கீரர் முருகக் கடவுள் தாளில் வீழ்ந்து அலறினார். அப்பிரான் திருவுள்ளம் இரங்கி, "நீ கவலைப்பட வேண்டாம்; தென்கைலையென்று புகழ்பெற்ற காளத் திக்குச் சென்றால் கைலாச தரிசனம் பெறலாம். உன் நோயும் நீங்கும்'' என்று அருள் செய்து மறைந்தான்.

அவ்வாறே நக்கீரர் தம் யாத்திரையைத் தொடர்ந்து நடத்திக் காளத்தி அடைந்து அங்கே கைலாச தரிசனம் செய்தார். தொழுநோய் நீங்கப்பெற்று, "கைலைபாதி காளத்திபாதி அந்தாதி" என்ற பிரபந்தத்தைப் பாடி வழிபட்டார். ஒரு பாட்டுக் கைலையைப் பற்றியும் அடுத்த பாட்டுக் காளத்தியைப் பற்றியும் கூறும் நூறு வெண்பாக்களால் ஆனது அவ்வந்தாதி. அந்த தலத்தில் உள்ள அம்பிகையின் திருநாமம் ஞானப் பூங்கோதை என்பது. நக்கீரருக்கு எந்த உண்மையை மறுத்ததனால் நோய் உண்டாயிற்றோ, அந்த உண்மையை அறிவுறுத்தும் திரு நாமம் படைத்த அம்பிகை வாழும் தலம் அது.

மீண்டும் நல்ல மேனி படைத்து நக்கீரர் மதுரை வந்து சேர்ந்தார்.

நக்கீரர் பாடிய திருமுருகாற்றுப்படை தெய்வீகமான நூல் என்று கருதி முருகனடியார்கள் அதைப் பாராயணம் செய்து வருகிறார்கள். அதனால் தம் விருப்பம் நிறைவேறப் பெறுவர்.

திருமுருகாற்றுப்படை பிறந்த வரலாறாகிய இந்தக் கதை திருவிளையாடற் புராணத்திலும், திருப்பரங் குன்றப்

புராணத்திலும், சீகாளத்திப் புராணத்திலும் வருகிறது. கதைப் போக்கில் சில சில வேறுபாடு இருந்தாலும் மேலே சொன்ன வரலாற்றையே அவை குறிக்கின்றன.

சங்க காலத்தில் வாழ்ந்த நக்கீரர் வாக்காகிய திரு முருகாற்றுப்படைக்குப் பெருமை வரும் பொருட்டுப் புராணக் கதைகளை உண்டாக்கினார்கள் என்று ஆராய்ச் சிக்காரர்கள் சொல்லுவதுண்டு. சங்க நூல்களில் நக்கீரர் பாடல்கள் பல உண்டு. அவற்றிலோ, திருமுருகாற்றுப் படையிலோ இந்த வரலாற்றுக்கு ஆதாரம் இல்லை.

திருமுருகாற்றுப்படைக்குப் பின்னால் பத்து வெண்பாக்கள் இருக்கின்றன. அவற்றில் இந்தக் கதைக்கு ஆதாரமான சில குறிப்புகள் உள்ளன.

குன்றம் எறிந்ததுவும் குன்றப்போர் செய்ததுவும்
அன்றங் கமரரிடர் தீர்த்ததுவும் - இன்றென்னைக்
கைவிடா நின்றதுவும் கற்பொதும்பிற்
காத்ததுவும் மெய்விடா வீரன்கை வேல்.

அந்த வெண்பாக்கள் நக்கீரர் வாக்காகக் கொள்வதற்குரியன அல்ல. பாராயணம் செய்யும் அன்பர்களுள் புலவர் ஒருவர் இயற்றிச் சேர்த்தவை என்றுதான் கொள்ள வேண்டும். சொல்லமைப்பு முதலிய குறிப்புக்கள் இதற்கு ஆதாரம்.

திருமுருகாற்றுப்படை பிறந்த கதையை நம்பினாலும் நம்பாவிட்டாலும், திருமுருகாற்றுப்படையின் பெருமையை உணரத் தடையில்லை. சங்க காலத்து நூலாகிய அதில் செந்தமிழ் இன்பமும் முருகக் கடவுளுடைய பெருமையும் கவிச்சுவையும் செறிந்திருக் கின்றன. அவற்றில் ஈடுபட்டால் திருமுருகாற்றுப்படை உண்மையான இன்பத்துக்கு வழிகாட்டி என்பதை உணரலாம்.

திருப்பரங்குன்றம்

உதயம்

உதயம் ஆகிவிட்டது. கதிரவன் கீழ்கடற் பரப்பிலே தன் சோதிக் கிரணங்களைப் பரப்பி எழுகின்றான். அதுகாறும் உறங்கிக் கிடந்த உலகம் விழித்தெழுகின்றது. பறவைகள் தம் சிறைகளை உலுக்கித் தட்டிப் பறக்கத் தொடங்குகின்றன. விலங்கினங்கள் இயங்குகின்றன. மக்கட் கூட்டம் முழுவதும் தங்கள் தங்கள் தொழிலைப் பார்க்க ஆரம்பிக்கின்றது. குழந்தையும் கிழவனும், தொழிலாளியும் கலைஞனும், செல்வனும் புலவனும், ஆணும் பெண்ணும் தங்கள் தங்கள் இயக்கம் ஒழிந்து துயிலில் ஆழ்ந்து நின்றபொழுது அவர்களுக்கு ஜீவனே இல்லை. உயிர் இருப்பது மூச்சினால் தெரிந்ததே ஒழிய அதன் விளக்கம் இல்லை. எல்லாம் உயிரோடு ஒரு மரணநிலை இருந்தால் எப்படியிருக்குமோ அப்படி இருந்தார்கள். சூரியன் தோன்றினான். அவர்கள் உடம்பில் ஜீவசக்தி மலர்ந்தது. அடங்கியிருந்த சைதன்யம் கிரணங்களைப் பரப்பத் தொடங்கியது.

சூரியன் உதயமானான் என்றால் புல் பூண்டு, பசு பறவை, மனிதர் யாவரும் ஜீவசக்தியுடன் எழுகிறார்கள்; மகிழ்ச்சியை அடைகிறார்கள். சூரியன் ஒரு நாட் போலவே உலகமெல்லாம் உவக்கும்படியாக உதயம் செய்து மேருவை வலமாக வருகிறான். அவனுடைய பெருமையை உணர்ந்த பெரியோர்கள் உலகத்துக்குக் கண் என்றும், கண் கண்ட தெய்வமென்றும் அவனைப் பாராட்டுகிறார்கள். சாதி சமய பேதமின்றிப் பலரும் புகழும் ஞாயிறு தன்னுடைய செங்கதிரைத் தோன்றிக் கொண்டு கண்கொண்டு பார்க்கும் அளவிலே நீலக் கடற்பரப்பில் உதயமாகின்றான்.

கீழ்கடற் பரப்பிலே நெடுந்தூரம் பரவிய கிரணங்களை வீசிக் கொண்டு எழும் சூரியனது உதயம் கண் கொள்ளாக் காட்சி. மேலே நீலநெடு வானம்; கீழே நீலக்கடற் பரப்பு; இவற்றினிடையே அவனது செம்மை எடுப்பாக விளங்குகின்றது.

நக்கீரர் அந்தணர். பாண்டி நாட்டில் வாழ்ந்தவர். கீழ் கடற்கரையிலே காலையில் சந்தியாவந்தனம் செய்தார் போலும்! அவர் அருக்கியம் கொடுக்கும்போது உதய சூரியனது பேரழகைக் கண்ணால் பருகினார். அவர் உள்ளத்தே அந்தக் காட்சி பதிந்து விட்டது. நீலக்கடற் பரப்பில் உலகம் உவப்பவும் பலரும் புகழவும் செங்கதிர் வீசி எழுந்த சூரியனது நினைவோடு அவர் உள்ளம் அமையவில்லை. புற இருளைப் போக்கும் இந்தக் கதிரவனது காட்சி அக இருளைப் போக்கும் ஒரு பரஞ்சுடரின் காட்சியை நினைப்பூட்டியது. முருகன் எழில் உதயத்தையும் சூரியோதயத்தையும் இணைத்துப் பாடினார். திருமுருகாற்றுப்படையின் உதயம் அதுதான். முதல் மூன்றடிகள் இந்தக் காட்சியை நினைப்பூட்டுகின்றன.

உலகம் உவப்ப வலன்ஏர்வு திரிதரு
பலர்புகழ் ஞாயிறு கடற்கண் டாஅங்கு
ஓவற இமைக்கும் சேண்விளங்கு அவிரொளி.

(உலகத்தில் உள்ள உயிர்களெல்லாம் மகிழும்படியாக மேருவுக்கு வலப்பக்கமாக எழுந்து சுற்றுவதும் பலரால் புகழப்பெறுவதும் ஆகிய சூரியன் கீழ்கடலிலே தோன்றினாற் போல, நீக்கமின்றி விளங்குவதும் நெடுந் தூரத்தும் வீசுவதுமாகிய ஒளி-இதை உடைய முருகன் என்று சொல்ல வருகிறார்.)

முருகன் எழுந்தருளும்போது அவனுடைய திருவுருவம் தெளிவாகத் தெரிவதற்கு முன்பு ஒரே ஜோதிப் பிழம்பு தெரிகிறது. நீல மயிலின் நீல ஒளிப் பரப்பினிடையே சிவந்த ஒளிப்பிழம்பாக முருகன் தோன்றுகிறான். அவன் ஒளி

நெடுந்தூரம் வீசுகிறது. இந்தச் சூரியன் செல்ல இயலாத சேணிலும் அவ்வொளி சென்று வீசுகிறது. அன்பர் அகத்துக்குள்ளே புகுந்து சுடர்விடுகிறது. இடைவிடாமல் சுடர்கிறது. சூரியன் உலகம் உவப்பவும் பலரும் புகழவும் உதயமாவது போல முருகனும் உலகம் உவப்பவும் பல சமயத்தினரும் புகழவும் எழுந்தருளுகிறான். பால சூரியன் அவன்; இள முருகன் இவன். கண்கண்ட தெய்வம் அவன்; இவனும் கலியுக வரதன். பார் புகழும் இயல்பும் அவன் பால் உண்டு; இவனும் பலரும் புகழும் சமரச தெய்வம்.

நீல மயில் தோகை விரித்த பரப்பினிடையே செம் மேனி படைத்து வீற்றிருக்கும் தோற்றத்தை நக்கீரரைப் போலவே வேறு புலவர்களும் பாராட்டி இன்புற்றிருக் கிறார்கள்.

"உததியிடை கடவுமர கதவருண குலதுரக
உபலளித கனகரத சதகோடி சூரியர்கள்
உதயமென அதிகவித கலபக்க மயிலின்மிசை
யுகமுடிவின் இருளகல ஒருசோதி வீசுவதும்"

என்பது சீர்பாத வகுப்பு.

முருகன் நெடுந்தூரத்தில் எழுந்தருளும்போதே நீல ஒளிபரப்பும் செவ்வொளிப் பிழம்பும் தோன்றுகின்றன. இந்த ஒளியைக் காணும்போதே உள்ளம் உவக்கின்றது. புகழவேண்டுமென்ற தோற்றம் உண்டாகிறது.

முருகன் அருகில் அணைகின்றான்; கண்கள் கதுவிக் காணும் அளவில் வருகின்றான். அவனுடைய திருவடிகள் அப்போது புலனாகின்றன. இறைவனிடம் அணுகும் அன்பர்கள் தமக்குப் பற்றுக்கோடாகிய தாளையே கண்டு இன்புறுவார்கள். தலை வணங்கி ஆணவம் ஒழிந்து பிறவிக் கடலுக்குத் தோணியென்ற ஆர்வத்தோடு இந்தத் திருவடியையே பற்றிக் கொள்வதனால், ஆண்டவனைக் காட்டிலும் அவன் அடிகள் சிறந்தன என்று கூடச் சொல்லியிருக்கிறார்கள்.

"நின்னிற் சிறந்தநின் தாளிணையவை"

என்பது பரிபாடல்.

அன்புடன் காணுவாருக்கு முதலில் தோற்றுவன முருகன் திருவடிகள். அவற்றின் இயல்பு என்ன? தம்பால் வந்து புகல் அடைவோர்களைப் பாதுகாக்கும் இயல்புடையவை அவை. வாடி அடைந்தாருக்கு அடைக்கலத் தானமாதலின் அவை அன்பர்களுக்குச் சிறந்தன. வன்மையுடைய பாதங்கள் அவை; அஞ்ஞானத்தை உடைக்கும் வன்மையை உடையவை. யார் அந்தத் திரு வடிகளைத் தியானிக்கிறார்களோ அவர்களுடைய அஞ் ஞானம் ஓடிவிடும்; குறையில்லாத பாதுகாப்பாக அவை உதவும்.

உறுநர்த் தாங்கிய மதன்உடை நோன்றாள்.

(தம்பால் வந்தவர்களைப் பாதுகாப்பனவும் அறி யாமையைப் போக்குவனவுமாகிய வலிமையையுடைய திருப்பாதங்கள் - இவற்றையுடைய முருகன் என்று சொல்ல வருகிறார்.)

மனிதர்கள் துன்பம் வேண்டாமென்றும் இன்பம் வேண்டுமென்றும் விரும்புவார்கள். அவர்களுடைய துன்பங்களுக்கெல்லாம் காரணமாகிய மதனை (அஞ்ஞா னத்தை) நீக்கி, மேலும் துன்பம் வராமல் பாதுகாக்கும் இயல்பு முருகன் திருவடிகளுக்கு இருக்கின்றது. உறுநர் என்பதற்குத் துன்பப்படுவர் என்றும், அடைபவர் என்றும் இரண்டு பொருள் உண்டு. இங்கே இரண்டையும் இணைத்து, துன்பப்பட்டுப் புகல் தேடித் தம்மை அடைபவர் என்று பொருள் கொள்ளலாம். மதன் என்பதற்கு அழகென்றும் பொருளுண்டு. அழகுடைய தாளென்றும் சொல்லலாம்.

ஜோதிப் பிழம்பாக முருகனைக் கண்ட கண்களுக்கு அவன் திருவடிகள் இப்போது புலனாகின்றன. நக்கீரர் அவற்றின் பெருமையைப் புலப்படுத்துகிறார்.

வருவாரைப் பாதுகாக்கும் தன்மை தாளுக்கு இருப்பதற்குக் காரணம், அவர்களுக்கு வரும் ஏதத்தைப் போக்கும் வலிமை அந்த தாளை உடையவனுக்கு இருப்பதேயாகும். எல்லோரும் பணிந்து புகலடையும் பெருமையை அவன் தாள்கள் காட்டுகின்றன. அப்படிப் புகலடைந்தால் அவருடைய துன்பம் போக்கும் திறலை அவன் கைகள் கொண்டிருக்கின்றன.

செறுநர்த் தேய்த்த செல்உறழ் தடக்கை

(எதிரிட்டுப் போர் செய்வாரை அடியோடு அழிப்பனவும் இடியைப் போலக் கடுமையும், தப்பாமல் கொல்லும் தகைமையும் உடைய விசாலமான கைகள்- இவற்றையுடைய முருகன்.)

தன்பாலும் தன் அடியார்பாலும் யாரேனும் எதிரிட்டுப் போராட வந்தால் முருகன் கைகள் அவர்களை அடியோடு தேய்த்துவிடும்; நசுக்கி நிர்மூலமாக்கி விடும். இடியைப்போலப் பயங்கரமானவை அவை பகைவருக்கு. பரந்த அந்தக் கைகள் முருகன் வலிமைக்கு அடையாளங்கள்.

கருணை பில்கும் திருவடியும் வீரம் திகழும் தடந் தோள்களும் கண்டோம். இந்த அடிகளோடும் தடக்கை களோடும் எழுந்தருள்பவன் யார்? கருணையே வடிவான தேவயானை அம்மையாரின் கணவன்.

தன் அடியில் புகலடைந்த தேவர்களுக்கு அடைக்கலந் தந்து, இடிபோன்ற கைகளால் சூரன் முதலியோரை அழித்த முருகவேளுக்கு அமரர் வேந்தன் மகிழ்ந்து மணம் செய்து கொடுத்தவள் தேவயானை அம்மை. அடியார்க்குப் புகலாகிய முருகனுடைய சேவடியையும் பகைவரை அழிக்கும் அவனுடைய தடக்கைகளையும் நினைத்தபோது, தொடர்ந்து தேவயானை திருமணம் நினைவுக்கு வருகிறது.

தமிழர், கல்யாணம் செய்து கொள்வதற்கு முன் காதல் பூண்டொழுகுவதைக் களவொழுக்கம் என்றும், மணம் புரிந்த

பிறகு இன்பவாழ்க்கை நடத்துவதைக் கற்பொழுக்கம் என்றும் கூறுவர். இந்த இரண்டு வகை ஒழுக்கத்தையும் தமிழர் தெய்வமாகிய முருகன் தன் இரண்டு தேவியர் பால் காட்டினான். வள்ளியெம் பிராட்டி யிடம் களவு மணத்தையும் தேவயானையின் பால் கற்பு மணத்தையும் நிகழ்த்தினான். தேவயானை கற்பு மணத்தாற் பெற்ற தேவி குற்றமற்றவள்; கற்புக்கு உறைவிட மானவள்; ஒளி விளங்கும் நெற்றியை உடையவள்,

முன்னே சொன்ன திருவடிகளையும் திருக்கரங்களையும் உடையவன், அந்தக் கற்பு மணப்பிராட்டியின் கணவன்; எரி வலம் வந்து கைப்பிடித்த நாயகன்.

மறுவில் கற்பின் வாணுதல் கணவன்:

(குற்றம் இல்லாத, கற்பு மணத்தைப் பெற்ற ஒளி பொருந்திய நெற்றியையுடைய தேவயானைக்குக் கணவன். மறுவில் வானுதல், கற்பின் வானுதல் என்று கூட்டிப் பொருள் செய்ய வேண்டும்.)

நக்கீரர் மிக அழகாக முருகனை நமக்குக் காட்டுகிறார். ஒரு பெரிய ஜோதிப் பிழம்பைக் காட்டி அதனூடே அவன் காலையும் கையையும் காட்டி அவனுக்கருகே தேவ யானையையும் எழுந்தருளச் செய்து, "இதோ முருகன்" என்று கூறுகிறார்.

முதல் முதலில் திருப்பரங்குன்றத்தைப் பற்றிய பகுதி திருமுருகாற்றுப் படையில் வருகிறது. அக் குன்றத்தில் தெய்வயானை யம்மையின் திருமணம் நிகழ்ந்ததாகப் புராணம் கூறும். தெய்வயானையம்மையின் திருமணத்தின் போது வள்ளியம்மை முருகனை அடையவில்லை. ஆகவே திருப்பரங்குன்றத்துக்கு முருகனை நினைக்கும்போது தேவசேனாதிபதியாக நினைப்பது பொருத்தம் அல்லவா?

சூரியன் கடலிலே எழுந்தாற் போன்ற ஜோதியையும் அடியாருக்குப் பாதுகாப்பாகி அஞ்ஞானத்தைப் போக்கும்

திருவடிகளையும் பகைவரை அழிக்கும் திருக்கரங்களையும் உடையவனாகிய தேவசேனாபதி என்று முதல் ஆறு அடிகளிலே நக்கீரர் நமக்கு முருகக் கடவுளை அறிமுகப்படுத்துகிறார்.

கடம்ப மாலையான்

கடலிலுள்ள நீரை நிறைய முகந்து கருவுற்றுக் கருநிறம் பெற்று வானத்திலே செல்லும் மேகம் பெரிய பெரிய துளிகளைச் சிதறுகிறது. சந்திரனுடைய ஒளியும் சூரியனுடைய கதிர்களும் வீசி இருளைப் போழும் வானத்திலிருந்து கார் காலத்து மேகம் முதல் முதலாக மழை பொழிகிறது. பூமி குளிர்ந்து மரங்களெல்லாம் தழைக்கின்றன. குளிர்ச்சியும் மணமும் நிரம்பிய காடு நன்றாகத் தழைத்து அடர்ந்து விளங்குகிறது. அந்தக் காட்டினிடையே நெடுங்காலமாக வளர்ந்து பருத்த அடியையும் இருள் உண்டாகும் படியாகச் செறிந்த தழைப்பரப்பையும் உடைய செங்கடம்பு மரம் நிற்கிறது. மாலையைப் போலத் தொங்கும் அதன் மலர்கள் தேர் உருளை போல இருக்கின்றன. அவற்றை எடுத்து நூலிலே கோத்தால் உருண்டு கொண்டே இருக்கும். அப்படி உருளுகின்ற செங்கடப்பம் பூவாலாகிய தண்ணிய தார் அங்கும் இங்கும் புரளும் திருமார்பை உடையவன் முருகன். அந்த மாலை போகத்துக்குரிய மாலை. இன்பம் நுகரும் காலத்தில் அணிந்து கொள்ளும் அலங்காரப் பொருள் அது.

கார்கோள் முகந்த கமஞ்சூல் மாமழை
வாள்போழ் விசும்பில் வள்ளுறை சிதறித்
தலைப்பெயல் தலைஇய தண்ணறுங் கானத்து
இருள்படப் பொதுளிய பராரை மராஅத்து
உருள்பூந் தண்டார் புரளும் மார்பினன்.

(கடலை முகந்த நிறைந்த கருப்பத்தையுடைய கரிய மேகமானது ஒளியால் போழப்படும் வானத்தில் வளவிய நீர்த்துளியைச் சிதறி முதல் மழையைப் பெய்த குளிர்ந்த

நறுமணம் வீசும் காட்டில், இருள் உண்டாகும் படியாகச் செறிந்த பருத்த அடி மரத்தையுடைய செங்கடம்பினது உருளுகின்ற குளிர்ந்த மாலை புரளுகின்ற திருமார்பை உடையவன். கார்கோள் - கடல், கம - நிறைவு. வாள்- ஒளி. உறை - துளி பெயல் - மழை பெய்வது. தலை இய - பெய்த. பொதுளிய - செறிந்த பராரை - பரு அரை + பருத்த அடிமரம். மராஅம் - செங்கடம்பு)

தேவயானையோடு மணவாளப் பெருமாளாக வீற்றிருக்கும் கோலத்தைச் சொன்னபோது, அதனோடு சேர்ந்து போகத்துக்குரிய மாலையும் நினைவுக்கு வருவது இயல்புதானே?

காந்தளங் கண்ணியான்

முருகன் தன் திருமார்பில் போகத்துக்குரிய கடம்ப மாலையை அணிவதோடு திருமுடியில் காந்தளாலாகிய கண்ணியை அணிந்திருக்கிறான். காந்தள் முருகனுக்கு உரிய அடையாள மாலை. ஒவ்வோர் அரசனுக்கும் ஒவ்வோர் அடையாள மாலை உண்டு. சோழனுக்கு ஆத்தியும், பாண்டியனுக்கு வேம்பும், சேரனுக்குப் பனையும் அடையாள மாலைகள். முருகன் அடையாள மாலை யாகச் சென்னியில் தண்ணிய காந்தட் கண்ணியை மலைந்திருக்கிறான்.

குறிஞ்சி நிலத்தில் வளரும் பூ, காந்தள். முருகன் அணிந்த காந்தளங் கண்ணி மலைச் சாரற் சோலையிலே உண்டானது. அந்தச் சோலை சாதாரணமானதா? தெய்வ மகளிர் ஆடிப்பாடி இன்புறுவதற்குரிய தெய்வத்தன்மை யும் இயற்கை யெழிலும் பொருந்திய சோலை அது. அதில் ஆடும் அரசமகளிருடைய அழகை என்ன வென்று சொல்வது!

மூங்கில்கள் வளர்ந்த மலைச்சாரலுக்கு அவர்கள் வருகிறார்கள். இயல்பாகவே அழகு திரண்டு கிடக்கும் அவர்கள் திருமேனியில் அணிகளும் சிறந்து விளங்குகின்றன. அழகுக் கோலங் கொள்ளும் கலையில் அவர்கள் பேராற்றல் படைத்தவர்கள் போலும்! திருவடி முதல் திருமுடி வரையில்

அழகு பொங்குகிறது. அதற்கு அணி செய்து விளங்குகின்றன ஆபரணங்கள். அணியும் ஆடையும் மலரும் சிறந்த அலங்காரப் பொருள்கள். அவை அவர்களுடைய வண்ணமேனியில் பொருந்தி அழகினுக்கு அழகு செய்கின்றன. எப்படி? நக்கீரர் சொல்வதைப் பார்க்கலாம்.

ஒள்ளிய சிவந்த சிறிய அடி படைத்தவர்கள் அந்த அரமகளிர். மென்மையும் விளக்கமும் சேர்ந்து ஒள்ளிதாக அமைந்த அடி; அந்த அடியைச் சுற்றி கிண்கிணி ஒலிக்கிறது. அந்தப் பாதங்களுக்கு மேலே திரண்ட கால்கள். அந்தக் கால்களுக்கு மேலே வளைந்து தளர்ந்து ஒசியும் இடை, பருத்த தோள்கள். அவர்கள் உடுத்துள்ள துகில் செவ்வண்ணம் படைத்தது. அதற்குச் சாயம் தோய்த்தவர் யாரும் இல்லை. அந்த வண்ணம் எங்கே கிடைக்கும்? இயற்கையிலே செவ்வண்ணம் கொண்ட தோயாத் துகில் அது, வான் அரம்பையருக்குக் கற்பகமரம் வழங் கியது போலும்! இந்திர கோபப் பூச்சிகன் நிறம் எப்படிச் செக்கச் செவேலென இருக்கிறதோ அப்படிக் கண்ணைப் பறிக்கிறது அந்தச் செந்நிறம். துகிலுக்கு அழகான கரை. பூ வேலை செய்த கரையும் உடலும் உடைய பூந்துகில் அது. இடையிலே மேகலையை அணிந்திருக்கிறார்கள். மேகலை பல வகைப்படும். அவர்கள் அதிக வடங்களையுடைய மேகலையை அணியவில்லை. நுடங்கும் இடை தாங்க வேண்டுமே! ஏழு வடம், எட்டு வடம், பதினாறு வடம், பதினெட்டு வடம், முப்பத்திரண்டு வடம் என்று வடக்கணக்குள்ள மேகலைகள் உண்டு. அவைகளுக்குள் குறைந்த ஏழு வடங்களையுடைய மேகலையை அவர்கள் அணிந்திருக்கிறார்கள். அந்த மேகலையின் ஒவ்வொரு வடத்திலும் பல அழகிய மணிகள் கோக்கப்பட்டிருக்கின்றன. ஆடையில்லா திருந்தாலும் இந்த மேகலையே அவர்கள் இரகசியத் தானத்தை மறைக்கும்படியாக அமைந்திருக்கிறது.

அந்த அலங்கார சோபையோடு அவர்களைப் பார்த்தால், "ஏது? இப்படி ஒருவர் ஒருவரைப் புனைவதென் பது சாத்தியமா? இது என்னவோ இப்படியே எல்லா அமைப்போடும் பொருந்தி வார்த்துவிட்ட லாவண்யமாக அல்லவோ

இருக்கிறது?" என்று சொல்லும்படியாக அவர்களுடைய வனப்பு விளங்குகிறது. அவர்கள் அணிந்து கொண்டிருக்கும் பூண்களோ சாம்பூந்தம் என்ற சிறந்த பொன்னால் ஆகியவை. அவர்களுடைய மேனியில் மாசு மறுவே இல்லை. அதன் ஒளி நெடுந்தூரம் வீசுகின்றது.

மால்வரை நிவந்த சேண்உயர் வெற்பில்
கிண்கிணி கவைஇய ஒண்செஞ் சீறடி
கணைக்கால், வாங்கிய நுசுப்பின், பணைத்தோள்,
கோபத்து அன்ன தோயாப் பூந்துகில்
பல்காசு நிரைத்த சில்காழ் அல்குல்,
கைபுனைந்து இயற்றாக் கவின்பெறு வனப்பின்,
நாவலொடு பெயரிய பொலம்புனை அவிர்இழை, சேண்இகந்து
விளங்கும் செயிர்தீர் மேனி.

(பெரிய மூங்கில்கள் வளர்ந்து வானளவும் உயர்ந்த மலையில் - (சூரரமகளிர் ஆடுகிறார்கள் என்று சொல்ல வருகிறார். அவர்கள் பின்வரும் கோலம் படைத்தவர் கள்.) கிண்கிணி சூழ்ந்த ஒளி படைத்த, சிவந்த சிறிய அடியையும், திரண்ட காலினையும், வளைந்த இடை யினையும், பெரிய தோள்களையும், இந்திர கோபத்தைப் போன்ற, சாயந் தோய்க்காமல் இயற்கையாகவே சிவந்த பூவேலை செய்த துகிலையும், பல மணிகள் கோத்த சில வடங்களையுடைய மேகலையை அணிந்த இரக சியத் தானத்தையும், ஒருவர் அலங்கரிக்காமலே அழகு பெற்ற லாவண்யத்தையும், நாவல் மரத்தினாற் பெயர் பெற்ற சாம்பூந்தம் என்னும் பொன்னால் ஆகிய விளங்கு கின்ற ஆபரணங்களையும், நெடுந்தூரம் கடந்து பிரகா சிக்கும் குற்றமற்ற உடல் வண்ணத்தையும் உடைய சூரரமகளிர் என்று சொல்ல வருகிறார்.

அந்த அர மகளிரின் தலைக்கோலமே தனிச் சிறப்பை உடையது. அவர்கள் அழகிய சோலையைத் தேடி வந்து ஆடுகிறார்கள். அதன் உண்மை இப்போது தான் தெரிகிறது. எழில் நிறைந்த வண்ணப்பூக்களால் தங்களை அலங்கரித்துக் கொள்ள விழையும் அவ்வணங்குகளுக்கு வேண்டியவாறே

வேண்டிய மலரைத் தருவது வளம் நிரம்பிய மலைச்சாரற் சோலைதானே?

அவர்கள் தலையில்தான் எத்தனை நிறம்பெற்ற மலர்கள்! அவற்றை அவர்கள் வைத்துப் புனைந்து கொண்ட அழகுதான் என்னே!

அவர்களைச் சேர்ந்த தோழிமாரெல்லாம் அவர்களைப் பாராட்டும்போது முதலில் அவர்களுடைய கூந்தலையே சிறப்பாக எடுத்துச் சொல்வார்கள். நீளமும் குறுகலும் இல்லாமல் நுனியெல்லாம் ஒன்று சேர்ந்து கடையொத்த கூந்தல் அது; நெய்ப்பை உடையதாகி மினுமினுக்கும் ஓதி; அவர் துணைவியர் நன்றென்று ஆய்ந்து பாராட்டுகின்ற எழில் வாய்ந்தது.

அந்தக் கூந்தலுக்கு மலராலும் அணியாலும் மேலும் அழகு செய்திருக்கிறார்கள். செக்கச் செவே லென்றிருக்கும் வெட்சிப் பூவின் சிறிய இதழ்களை நடுவிலே வைத்து, அவற்றைச் சுற்றிக் கருநீல நிறமுள்ள குவளையிதழைக் கிள்ளி வைத்திருக்கிறார்கள். சீதேவி யென்ற ஆபரணத்தையும் வலம்புரி யென்னும் அணியையும் தலையின் இரு பக்கங்களிலும் அமைத் திருக்கிறார்கள்.

அவர்களுடைய முன்னுச்சி மயிரில், திலகம் இட்ட நெற்றியிலே வந்து படியும்படியாக மகரவாய் என்ற அணிகலம் அமைந்திருக்கிறது. அதன் பின்னே கொண்டையிட்டிருக்கிறார்கள். அந்தக் கொண்டையை எப்படி முடித்தால் அழகாக இருக்குமோ அப்படி முடித்திருக்கிறார்கள்: அதற்கு மேலே பெரிய தண்ணிய சண்பகப் பூவைச் செருகிக் கரிய புறவிதழையும் பஞ்சு போன்ற துய்யினையும் உடைய மருதம் பூங்கொத்து களை இட்டுப் புனைந்திருக்கிறார்கள். இவ்வாறு கொண்டை யினிடையே சண்பகமும் மருதமும் வெவ் வேறு நிறங்காட்டி ஏழில் செய்ய, அக்கொண்டையைச் சுற்றிச் சிவப்பு நிறமுள்ள அரும்புகளைக் கட்டிய மாலையை வளையச் சுற்றி அழகுக்கு

எல்லை கோலுவது போலச் செய்திருக்கின்றனர். நீருக்கு மேலே வந்து மலர் வதற்கு முன் நீரின் கீழே இருக்கும்போது நீர்ப்பூவின் அரும்பு மிகச் சிவப்பாக இருக்கும். இந்த இயல்பு தெரிந்து மிகவும் அரும்பாக இருப்பவற்றுக்கு மேலே நீரின்கீழ்த் தோன்றும் செவ்வரும்பைப் பறித்துப் பிணைத்த மாலை அது.

இவ்வாறு பல வண்ணப் பூக்களும் சேர்ந்து, கன்னங்கரிய கூந்தற் பரப்பிலே பின்னும் தம் நிறம் மேலோங்கி ஒளிர அழகிய காட்சியை உண்டாக்குகின்றன.

துணையோர் ஆய்ந்த இணையீர் ஓதிச்
செங்கால் வெட்சிச் சீறிதழ் இடையிடுபு
பைந்தாட் குவளைத் தூவிதழ் கிள்ளித்
தெய்வ உத்தியொடு வலம்புரி வயின்வைத்துத்
திலகம் தைஇய தேங்கமழ் திருநுதல்
மகரப் பகுவாய் தால மண்ணுறுத்துத்
துவர முடித்த துகளறு முச்சிப்
பெருந்தண் சண்பகம் செரீஇக் கருந்தகட்டு
உளைப்பூ மருதின் ஒள்இணர் அட்டிக்
கிளைக்கவின்று எழுதரு கீழ்நீர்ச் செவ்வரும்பு
இணைப்புறு பிணையல் வளைஇ.

(தமக்குத் துணையாக உள்ள தோழிமார் இது அழகிது என்று ஆராய்ந்ததும், ஒத்து வளர்ந்து நெய்ப்போடு கூடியதுமாகிய கூந்தலில் சிவந்த காம்பையுடைய வெட்சிப் பூவின் சிறிய இதழ்களை இடையில் வைத்து, பசிய தண்டையுடைய குவளை மலரின் தூய இதழைக் கிள்ளியிட்டு, தெய்வ உத்தியாகிய சீதேவியையும் வலம்புரியையும் பக்கங்களில் அமைத்து, திலகத்தால் அலங்கரித்த இனிமை பரவிய அழகிய நெற்றியில் மகர வாய் படியும்படியாகச் சீவிச் சிக்கறுத்து நன்கு முடித்த குற்றமற்ற கொண்டையில், பெரிய தண்ணிய சண்பகப் பூவைச் செருகி, கரிய மேனி தழையும் பஞ்சுபோன்ற தூய்மையும் உடைய மருதக் கொத்துக்களை அமைத்து, சூழ உள்ள அரும்புகளினிடையே அழகு பெற்று எழுந்த நீரின்

கீழே உள்ள சிவந்த அரும்பைக் கட்டிய மாலையை வளையச் சுற்றி - ஆடும் மகளிர் என்று சொல்ல வருகிறார்.)

அவர்கள் காதில் என்ன அணிந்திருக்கின்றனர் தெரியுமா? இயற்கை தந்த எழில் நிறத் தளிர்கள். பழங் காலத்தில் தளிரைக் காதில் செருகுவது வழக்கமாக இருந்தது. தளிருக்குக் குழை என்றும் பெயர் உண்டு. தளிரை அணிவது போய் அவ்விடத்தில் பொன்னணி வந்த காலத்தும் பழைய பெயராகிய குழையென்பது மாத்திரம் நின்றுவிட்டது. இந்தச் சூரரமகளிரும் தளிரையே காதில் செருகியிருக்கின்றனர். சிவந்த அசோகந் தளிர் அவர் காதில் ஒளிவிடுகிறது. வளவிய காதுகளில் இருபாலும் ஒத்த அளவிலே அந்தத் தளிரைச் செருகியிருக்கிறார்கள்.

அந்தத் தளிர், அவர்கள் ஆடும்போது நுண்ணிய வேலைப்பாடு அமைந்த அணிகலன்களை அணிந்த மார்பிலே வந்து அசைகின்றன.

துணைத்தக
வண்காது நிறைந்த பிண்டி ஒண்தளிர்
நுண்பூண் ஆகம் திளைப்ப.

(இருபாலும் ஒத்துத் தோன்றும்படி வளப்பமுள்ள காதுகளில் நிறையப் பெய்த அசோகந் தளிரானது, நுண்ணிய வேலைப்பாடுகளையுடைய பூண்களை அணிந்த மார்பிலே அசைய. பிண்டி - அசோகு.ஆகம் மார்பு.)

அவர்கள் மார்பில் கோங்கரும்பைப் போல அழகு பெற்று நிமிர்ந்து நிற்கும் கொங்கைகளுக்கு மேலே மருதம் பூவை அப்பினாற்போலக் கனமாகச் சந்தனக் குழம்பை அப்பியிருக்கிறார்கள். நன்றாக முற்றி வயிரம் பெற்ற சந்தனக் கட்டையை அரைத்துச் சேர்த்த நறுமணக் குழம்பு அது. ஈரம் இருக்கும்போதே அதன்மேலே வேங்கைப் பூவின் தாதை அப்பியிருக்கிறார்கள். பின்னும் விளா மரத்தின் சிறிய தளிரைக் கிள்ளி ஒருவர் மேலே ஒருவர் வீசிக் கொண்டிருக்கிறார்கள்.

திண்காழ்
நறுங்குறடு உரிஞ்சிய பூங்கேழ்த் தேய்வை தேங்கமழ் மருதிணர் கடுப்பக் கோங்கின் குவிமுகிழ் இளமுலைக் கொட்டி, விரிமலர் வேங்கை நுண்தாது அப்பிக் காண்வர வெள்ளிற் குறுமுறி கிள்ளுபு தெறியா.

(திண்ணிய வயிரமும் வாசனையும் உடைய கட்டையை அரைத்த, பொலிவும் நிறமும் பெற்ற சந்தனக் குழம்பைத் தேன் கமழும் மருதம்பூவை ஒப்பக் கோங்கரும்பு போன்ற இளைய நகிலிலே பூசி, விரிந்த வேங்கை மலரின் நுண்ணிய தாதை மேலே அப்பி, கண்டு மகிழ்வதற்கு ஏற்ப விளாவினது குறிய தளிரைக் கிள்ளித்தெறித்து - மகளிர் ஆடுவர்.

நறுங்குறடு - சந்தனக்கட்டை. உரிஞ்சிய - தேய்த்த. கேழ் - நிறம். தேய்வை - அரைத்த சந்தனம். வெள்ளில் -விளா, முறி- தளிர்)

இத்தனை அலங்காரத்துக்கும் உரிய பொருளைத் தருவதாகவும் ஏற்ற நிலைக்களனாகவும் இருக்கிறது அந்த அழகிய பூஞ்சோலை.

தம்மைப் புனைந்து கொள்வதில் மகளிருக்கு ஆவல் அதிகம். மானிட மகளிரானாலும் தெய்வ மடந்தையரானாலும் அலங்காரப் பிரியர்களே. மனமாரக் கோலம் செய்து கொண்டு சூரரமகளிர் பலர் ஒருங்கே கூடி மகிழ்ச்சியோடு ஆடுகிறார்கள். ஆடும்போது, மலைக்குத் தெய்வமும் அழகனுமாகிய முருகனைப் பாடுகிறார்கள். அவனுடைய வீரத்தால் விளைந்த வெற்றியின் பயனாகவே தேவலோகத்துக்குச் சுதந்தரம் வந்தது. தெய்வ மகளிரும் தம் மனம் போனபடி ஆடிப் பாடி விளையாட முடிந்தது. ஆகவே, முருகனுடைய வெற்றித் திறத்தை நினைந்து, 'சேவலை உயர்த்தி முருகனுடைய வெற்றிக் கொடி நெடிது வாழ்க!' என்று பாடி வாழ்த்துகிறார்கள். அந்த வாழ்த்தொலியானது மலை முழுதும் சிலம்புகிறது. கண்டாருக்குத் தம் அழகினால் அச்சத்தை உண்டாக்கும் இயல்பு படைத்தவர்களாதலின்

அவர்களைச் சூரர மகளிர் என்று சொல்வது தமிழ் வழக்கு. (சூர் - அச்சம்.)

அவர்கள் முருகனது கொடியை வாழ்த்திப் பாடுகின்ற சோலையென்றாலே அந்தச் சோலையின் அழகும் தெய்வத் தன்மையும் விளங்கும். அத்தகைய சோலைகள் நிரம்பிய சாரலில் மரங்கள் அடர்ந்து வளர்ந்திருக்கின்றன; வானுற ஓங்கி வளர்ந்திருக்கின்றன. மரம் ஏறச் சலியாத குரங்குகள் கூட ஏறி அறியாத மரங்கள் பல அங்கே உண்டு. அந்த இடத்தில் விளக்கத்தோடு கூடிய செங்காந்தள் மலர்ந்திருக்கிறது. விளக்கு வைத்தாற் போன்ற ஒளியோடு அந்தக் காந்தள் ஒளிர்கிறது. அது முருகனுக்கு உரிய மலராதலின் அதன்கண் வண்டு மொய்ப்பதில்லை. அத்தகைய காந்தளாலாகிய பெரிய குளிர்ந்த கண்ணியை முருகன் தன் திருமுடியிலே அணிந்திருக்கின்றான்.

திருமேனி அழகும் அணிகலன்களும் மலர்க் கோலமும் படைத்த அணங்குகள் ஆடும் மலைச்சாரற் சோலையிலே தெய்வத் தன்மை நிரம்பிய இடத்தில் காந்தள் மலர்ந்ததனால் வண்டு மூசுவதில்லை. முருகன் திருமுடிக்கு அணியும் கண்ணி காந்தள். அது வளரும் இடம் என்பதனால் அரமகளிர் அவ்விடத்தை ஆடிப் பாடும் இடமாகத் தேர்ந்தனர் போலும்!

கோழி ஓங்கிய வென்றடு விறற்கொடி
வாழிய பெரிதென்று ஏத்திப் பலருடன்
சீர்திகழ் சிலம்பகம் சிலம்பப் பாடிச்
சூரர மகளிர் ஆடும் சோலை
மந்தியும் அறியா மரன்பயில் அடுக்கத்துச்
சுரும்பும் மூசாச் சுடர்ப்பூங் காந்தட்
பெருந்தண் கண்ணி மிலைந்த சென்னியன்.

(கோழி ஓங்கியதும், பகைவரை வென்று சங்காரம் செய்யும் வெற்றியை அறிவுறுத்துவதுமாகிய கொடி நெடுங்காலம் வாழ்க என்று வாழ்த்தி, பலர் ஒருங்கு கூடி, சிறப்புத் திகழ்கின்ற மலைப்பக்கமெல்லாம் எதிரொலி

செய்யும்படியாகப் பாடித் தெய்வப் பெண்கள் ஆடும் சோலைகளையுடைய, குரங்கும் அறியாத மரங்கள் நெருங்கியுள்ள மலைப்பக்கத்தில் வண்டுகளும் மொய்க்காத விளக்கைப் போன்ற காந்தளாலாகிய பெரிய குளிர்ந்த கண்ணியை அணிந்த திருமுடியை உடையவன்.)

முருகனுடைய அடி முதல் முடி வரையில் நக்கீரர் இவ்வாறு வருணிக்கிறார். அவனுடைய போகத்துக் குரிய மாலையாகிய கடம்பினையும் வீரத்துக்குரிய கண்ணியாகிய காந்தளையும் சொன்னார். அவனைப் பாடியாடும் மகளிருடைய அழகையும் அலங்காரத்தையும் கூறினார். இனி அவன் சூரனை வேற்படையாலே சங்காரம் செய்த சிறப்பைக் கூறப் புகுகிறார்.

செவ்வேற் சேய்

முருகனுடைய திருவிளையாடலைச் சொல்வது கந்த புராணம். அது மிக விரிந்தது. அதில் காணப்படும் முருகன் திருவவதாரம் முதலிய வரலாறுகளுக்கும் மற்ற நூல்களிலே உள்ள வரலாறுகளுக்கும் சிற்சில வேறு பாடுகள் உண்டு. சங்க காலத்து நூல்களில் குறிஞ்சித் தலைவனாகிய முருகவேளைக் குறித்துப் பல செய்திகள் வருகின்றன. இன்று வழக்கில் இல்லாத பல வரலாறுகளும் அந்த நூல்களில் உண்டு. முருகன் சூரபதுமனைச் சங்காரம் செய்தான் என்பது இன்று வழங்கும் வழக்கு. இது முன்பும் வழங்கியது. சூரன் மாமரமாகிக் கடலிடையே நின்றான் என்றும், அவனை வேலால் இரு துண்டாக்கினான் முருகக்கடவுள் என்றும் கந்தபுராணம் கூறும். சூரன் குதிரை முகமும் மனித உடம்பும் உடையவன் என்றும், அவனுக்குப் பாதுகாப்பாகவும் உயிர் நிலையாகவும் அசுரர்களுடைய மந்திர சக்தியால் வலி பெற்ற மாமரம் ஒன்று இருந்ததென்றும், வேர் மேலும் பூங்கொத்துக்கள் கீழுமாகக் கடலிடையே நின்றதென்றும், அதனை முருகன் வேலால் தடிந்து சூரனை அழித்தானென்றும் பழைய வரலாறுகள் சங்க நூல்களில் காணப்படுகின்றன. பழைய நூலாகிய திரு முருகாற்றுப்படையிலும் இத்தகைய செய்திகள் உள்ளன.

அது பூமி தோன்றுவதற்கு முன்னாலே தோன்றியது கடல். பாரைக் காட்டிலும் முதிர்ந்த அந்தக் கடல் கலங்கும்படியாக உள்ளே புக்கு, சூரனைக் கொன்ற சுடர்விடுகின்ற இலையையுடைய வேலாயுதத்தை உடையவன் முருகன். அந்த வேலாலே சூரன் அஞ்சவும் அசுரர் குலம் அடியோடு அழியும்படியாகவும் அவர்களுக்குப் பாதுகாப்பாக இருந்த மாமரத்தைத் தடிந்தான். இந்தப் போரில் உணவு பெற்ற பேய்கள் களித்தன. ஒரு பேய் மகளை நக்கீரர் வருணிக்கிறார்.

பேய்மகள் களிக்கூத்தாடுகிறாள். வயிறு நிரம்ப உணவு கிடைத்துவிட்டால் ஆடுவதற்கு என்ன குறைவு? தலைமயிர் உலர்ந்து பரட்டையாக நிற்கிறது. பற்களின் கோரத்தை என்னவென்று சொல்வது! ஒன்றோடு ஒன்று ஒவ்வாமல் அவை பிறழ்ந்து தோன்றுகின்றன. பெரிய வாய், எப்போதும் சுழல்கின்ற விழியையுடைய கண்ணாலே பார்க்கும் பார்வை குடலைக் குழப்புகிறது. காதுகள் மார்பு வரையில் தொங்கி அவளுடைய பெரிய தனங்களிலே மோதுகின்றன. அந்தக் காதுகளில், கழன்று விடுமோ என்று தோற்றும் கண்களையுடைய கோட்டானும் பாம்பும் தொங்குகின்றன. அவள் உடம்பு முழுவதும் சொரசொரவென்றிருக்கிறது. அவள் நடந்தால் காண்பவர் நெஞ்சம் திடுக்கிடும். இப்படிப் பயங்கரமான காட்சியையுடைய பேய்மகள் போர்க்களத்திலே கொம்மாளம் போடுகிறாள். போர்க்களத்தில் கிடக்கும் உடம்புகளைப் பீறியதால் இரத்தம் கசியும் நகத்தினால் ஒரு தலையில் கண்களைத் தோண்டி உண் கிறாள். பிறகு அந்த நாற்றத்தையுடைய கருந்தலையை, வளையை அணிந்ததன் பெரிய கையிலே ஏந்தி, வாயால் நிணத்தை மென்று கொண்டே ஆடுகிறாள். அசுர ரெல்லாம் பயப்படும் படியாகச் சென்று, முருகவேள் வெற்றி பெற்ற போர்க்களத்தைப் பாடித் தோளை வீசித் துணங்கைக் கூத்து ஆடுகிறாள்.

இவ்வாறு பேய்மகள் துணங்கைக் கூத்து ஆடும்படியாக முருகன் சூரசங்காரம் செய்தான். குதிரை முகமும் மனித வடிவுமாகிய இரு பேருருவத்தைப் படைத்த சூரனது உடம்பு அஞ்சும்படியாக ஆறு திருவுருவங்களை எடுத்துச் சென்று,

அசுரர்களுடைய வெற்றித் திற லெல்லாம் ஒழியும் படி, கவிழ்ந்த பூங்கொத்தையுடைய மாமரத்தை வெட்டினான். அவ்வாறு வெட்டிய மறுவில்லாத கொற்றத்தையும், ஒருவராலும் அளந்தறிய முடியாத புகழையும் உடைய செவ்வேற் சேய் முருகன்.

பார்முதிர் பனிக்கடல் கலங்கஉள் புக்குச்
சூர்முதல் தடிந்த சுடர்இலை நெடுவேல்,
உலறிய கதுப்பிற் பிறழ்பற் பேழ்வாய்ச்
சுழல்விழிப் பசுங்கண் சூர்த்த நோக்கின்
கழல்கட் கூகையொடு கடும்பாம்பு தூங்கப்
பெருமுலை அலைக்கும் சாதிற்
பிணர்மோட்டு உருகெழு செலவின்
அஞ்சுவரு பேய்மகள் குருதி ஆடிய
கூர்உகிர்க் கொடுவிரற் கண்தொட்டு
உண்ட கழிமுடைக் கருந்தலை ஒண்தொடித்
தடக்கையின் ஏந்தி வெருவர வென்றடு
விறற்களம் பாடித் தோள்பெயரா நிணந்தின்
வாயள் துணங்கை தூங்க, இருபே ருருவின்
ஒருபேர் யாக்கை அறுவேறு வகையின்
அஞ்சுவர மண்டி அவுணர் நல்வலம்
அடங்கக் கவிழிணர் மாமுதல் தடிந்த
மறுவில் கொற்றத்து
எய்யா நல்லிசைச் செவ்வேற் சேஎய்.

(பாரில் முதிர்ந்த குளிர்ச்சியையுடைய கடலானது கலங்கும்படியாக அதனுள்ளே புகுந்து, சூரனாகிய அசுரர் தலைவனைக் கொன்ற சுடர்விடுகின்ற இலையை யுடைய நெடிய வேலாலே, உலர்ந்த மயிரையும் பிறழ்ந்த பல்லையும் ஆழமான வாயையும் சுழல்கின்ற விழியையும் பசிய கண்ணையும் பயத்தைத் தரும் பார் வையையும் கழன்றாற் போன்ற கண்ணையுடைய கோட்டானோடு கூடிய பாம்பு தொங்கப் பெரிய முலையை மோதுகின்ற காதையும் சொரசொரப்பை யுடைய உடம்பையும் அச்சம் உண்டாக்கும் நடையையும் உடைய பயங்கரமான பேய்மகள் இரத்தம்

அளைந்த கூரிய நகத்தையுடைய விரலாலே கண்ணைத் தோண்டி உண்ட மிக்க நாற்றத்தையுடைய கரிய தலையை ஒள்ளிய தொடியணிந்த வளைந்த கையிலே ஏந்திக் கண்டார் வெருவரும்படியாக, வென்ற அட்ட போர்க்களத்தைப் பாடித் தோளை வீசி நிணத்தைத் தின்னும் வாயையுடை யவளாய்த் துணங்கைக் கூத்து ஆடும்படியாக, இரண்டு பெரிய வடிவையுடைய ஒரு பெரிய சூரனது உடம்பானது அஞ்சும்படி ஆறு வேறு உருவத்தோடு சென்று அசுரர்களது நல்ல வெற்றி கெட்டுப் போகுமாறு தலைகீழாகக் கவிழ்ந்த பூங்கொத்துக்களையுடைய மாமரத்தை அழித்த குற்றமற்ற வெற்றியையும் யாராலும் அறிதற்கரிய நல்ல புகழையும் உடைய செவ்வேற் சேய்.

முதல் - தலைவன், அடிமரம். உலறிய - காய்ந்து போன. கதுப்பு மயிர். சூர்த்த - அச்சத்தைத் தரும். பிணர் - சொரசொரப்பு. மோடு - உடம்பு. தொட்டு - தோண்டி. முடை - நாற்றம். துணங்கை - கைகோத்து ஆடும் ஒருவகைக் கூத்து. எய்யா- அறியாத.)

வாழ்த்து

அழகனும் பெருவீரனுமாகிய முருகனுடைய திரு வடியினிடம் செல்ல வேண்டும் என்ற ஆர்வம் மிகுந்த புலவனுக்கு வழி காட்டுகிறார் நக்கீரர். வாக்காலும் மனத்தாலும் தொடுதற்கரிய முருகனை அடைய வேண்டுமென்று விரும்புவதே பெரிய காரியம். அப்படி விரும்பி வந்த ஒருவனை, 'நீ செய்யப் புகுந்தது நல்ல காரியம் அப்பா. நன்றாக முயன்று பார். வெற்றியை அடைவாய்" என்று உற்சாகம் மூட்டுவது பெரிய உப காரம். நல்லிசைச் சான்றோராகிய நக்கீரர் புலவனைத் தட்டிக் கொடுக்கிறார்; "முருகன் எவ்வளவு சிறப்புடையவன்! அவனையா நீ தேடிச் செல்கிறாய்? நல்ல காரியம். நீ நினைத்த காரியம் கைகூடும். இதோ நான் வழி சொல்கிறேன்" என்று வாழ்த்துகிறார். இது நக்கீரர் கருணைத் திறத்தைப் புலப்படுத்துகிறது. வழிகாட்டிகளாக இருப்பவர்கள் கருணையோடு உற்சாகம்

மூட்டி வழிகாட்ட வேண்டும் என்ற கருத்தையும் இது தெளிவாக்குகிறது. "ஏன் ஐயா,உமக்கு ஷடக்ஷரம் வருமா? விரதம் இருக்க முடியுமா? மலைமேல் ஏறுவீரா? இல்லாவிட்டால் உம்முடைய ஜபம் சாயாது. முருகனைக் காண்பது கிள்ளுக் கீரையா? பேசாமல் வந்த வழியைப் பார்த்துப் போம்" என்ற முறையில் உபதேசம் செய்யும் மேதாவிகளும் உலகத்தில் இருக்கிறார்கள். நக்கீரர் அந்த வர்க்கத்தைச் சேர்ந்தவர் அல்லர். அவர் எப்படி ஊக்க மூட்டுகிறார், பார்க்கலாம்.

செவ்வேற் சேயின் சேவடியைத் தியானிக்கும் உள்ளம் படைத்திருக்கிறாய். அந்தத் தியானமே உன் உள்ளத்தை, செய்ய வேண்டிய காரியத்தை முடித்த செம்ம லுள்ளம் ஆக்கிவிடும். உள்ளத்தே பொய்யின்றித் தியானம் செய்தால்தான் இறைவன் திருவருள் கூடும். ஆகவே, முருகன் திருவடியினிடத்தே செல்லும் செம்ம லுள்ளத்தோடு நல்ல சங்கற்பத்தை நீ செய்து கொண்டிருக்கிறாய். நலத்தை விளைக்கும் கொள்கையோடு நீ உனக்குரிய இடத்தைவிட்டு நீங்கும் பிரயாணத்தை விரும்பியிருக்கிறாய். இதுகாறும் நீ அகங்கார மமகாரம் மூடிய பிரதேசத்திலே ஊடாடி உலவினாய். அந்த ஆணவப் பரப்பை விட்டுவிட இப்போது துணிந்துவிட் டாய். உன் உள்ளம் முருகனைத் தியானிக்கிறது. உன் சங்கற்பமே நன்மை புரிவதாக இருக்கிறது. ஆதலால் நிச்சயமாக உன்னுடைய நல்ல மனசிலே நினைத்திருக் கும் இனிய விருப்பங்கள் பலவும் ஒருங்கே நிறைவேறும். நீ நினைத்த காரியம் இதோ இந்தக் கணத்திலே கைகூடப் பெறுவாய். முருகன் அருளாகிய பேறு உனக்குக் கிடைக்கும்.

சேவடி படரும் செம்மல் உள்ளமொடு
நலம்புரி கொள்கைப் புலம்பிரிந்து உறையும்
செலவுநீ நயத்தினை ஆயின், பலவுடன்
நன்னர் நெஞ்சத்து இன்னசை வாய்ப்ப
இன்னே பெறுதிநீ முன்னிய வினையே.

(சிவந்த திருவடியிடம் செல்லும் பெருமையையுடைய உள்ளத்தோடு நன்மையைச் செய்கின்ற சங்கற்பத்தைக் கொண்டு உன் நாட்டைப் பிரிந்து தங்குவதற்குரிய பிரயாணத்தை நீ விரும்பினாயானால், நல்ல நெஞ்சில் எண்ணிய இனிய விருப்பங்கள் யாவும் ஒருங்கே நிறை வேற, நீ நினைத்த காரியம் இப்போதே கைகூடப் பெறுவாய்.

செம்மல் - செய்ய வேண்டியதைச் செய்து முடித்த பெருமை. கொள்கை-சங்கற்பம், விரதம். புலம்-தேசம், இடம். உடன் - ஒருங்கே. நன்னர் - நன்மை. நசை- விருப்பம்.)

திருப்பரங்குன்றம்

இவ்வாறு வாழ்த்திவிட்டு, "சரி, போய்விட்டு வா" என்று கைகாட்டி விடவில்லை நக்கீரர். இந்த வாழ்த்தைப் பின்னே தாம் சொல்லப் போகிறதற்கு முன்னுரையாகச் சொன்னார். எடுத்தவுடனே விரிவாகக் கூறத் தொடங்கினால் அவ்வளவையும் கேட்டு, "அப்பாடி இது யாராலே ஆகும்!" என்று, கேட்பவன் மலைத்துப் போனாலும் போகலாம். ஆதலால் அவனைத் தட்டிக் கொடுக்கிறார். இனிமேல் முருகன் எழுந்தருளியிருக்கும் இடங்களை ஒவ்வொன்றாகச் சொல்லப் புகுகிறார். முதலில் மதுரைக்கு மேல் புறத்திலே உள்ள திருப்பரங்குன்றத்தைப் பற்றிச் சொல்கிறார்.

ஏதேனும் ஓர் ஊருக்கு வழி சொல்ல வேண்டுமானால் அந்த ஊருக்கு அருகில் உள்ள பெரிய ஊர் ஒன்றைச் சுட்டிக்காட்டி, அதற்கு இன்ன திக்கில் இருக்கிறது என்று சொல்வது உலக வழக்கு. திருப்பரங்குன்றம் மதுரைக்கு அருகில் உள்ளது. ஆகவே முதலில் மதுரையின் பெருமையைச் சொல்லி, "அதற்கு மேற்கே திருப்பரங்குன்றம் இருக்கிறது; அது இயற்கை வளம் செறிந்தது" என்று சொல்ல வருகிறார்.

மதுரை பாண்டிய மன்னர் ஆட்சி செய்யும் தலைநகர். பாண்டியர் பெரு வீரர்கள். அவர்களுடைய வீரத்தை அறிந்து அஞ்சி மன்னர் யாரும் அவர்களோடு போர் புரிய வருவதில்லை. மதுரை மாநகரத்தின் மதில் வாயில் மிகப்

பெரியது. வந்து பொரும் பகைவரே இல்லாமையால் போர் இல்லாமல் சமாதானம் நிலவுகின்ற வாயில் அது. அதன்மேல் பாண்டிய அரசனுடைய மீனக் கொடி வானை அளாவி நிமிர்ந்து பறக்கிறது. நெடுந்தூரத்திலே வரும் போதே அந்தக் கொடி தெரிகிறது. அதன் ஆட்டம் எப்படி இருக்கிறது தெரியுமா? 'உங்களுக்கு வீரம் உண்டானால் இங்கே வந்து போர் செய்யுங்கள்; எங்கள் பாண்டியன் வீரத்தைக் காணலாம். என்று செருச் செய்வாரை அறைகூவுவது போல இருக்கிறது. மேலே நாட்டிய அந்தக் கொடிக்கு அருகிலே வரிந்து கட்டிய பந்தும் பொம்மைகளும் தொங்குகின்றன. பந்தும் பாவையும் மகளிர் விளையாடுவதற்கு உரிய பொருள்கள். பகைவர்களெல்லாம் அந்த வாசலுக் குள்ளே புக எண்ணினால், தங்கள் வீரமெல்லாம் போகப் பந்தையும் பாவையையும் ஆடும் மகளிரைப் போலத் தான் புகவேண்டுமென்ற குறிப்பை அவை காட்டுகின்றன. ரோசமுடைய பகைவர்கள் முதலில் அவ்விரண்டையும் அறுத்து எறிந்து விட்டுப் போர் செய்யப் புகுவார்கள். இங்கே மதுரையில் நெடுங்காலமாகக் கொடி வானளாவி நின்று ஆடுகின்றது. பந்தும் பாவையும் நெடுங்காலமாக அறுப்பாரின்றித் தொங்குகின்றன. அதற்குக் காரணம் மதுரைக்கு வந்து பொருபவரே உலகத்தில் இல்லை. அந்த வாசல் போர் அரிதாகப் போன வாசல்.

மதுரை மாநகரத்தின் பெருவாசல் வீரத்தையும் அமைதியையும் விளக்குகின்றது. உள்ளே புகுந்து பார்த்தால் எத்தனை பெரிய கடைவீதி! திருமகள் வீற்றிருக்கும் ஆஸ்தானத்தைப் போல அங்கே செல்வம் பொங்குகிறது. அதர்ம வழியிலே செல்வத்தை ஈட்டுவார் அங்கே இல்லை. அந்த அங்காடி வீதி தீது தீர்ந்தது; திரு வீற்றிருப்பது. அப்பால் போய்ப் பார்த்தால் பல பல வீதிகள். எங்கும் செல்வம் நிரம்பிய மாடங்கள் மலிந்திருக் கின்றன. இத்தகைய சிறப்போடுள்ள மாடக் கூடலாகிய மதுரை மாநகரத்தின் மேற்கே இருப்பது திருப்பரங்குன்றம்.

செருப்புகன்று எடுத்த சேணுயர் நெடுங்கொடி
வரிப்புனை பந்தொடு பாவை தூங்கப்
பொருநர்த் தேய்த்த போல் அரு வாயில்
திருவீற் றிருந்த தீதுதீர் நியமித்து மாடமலி
மறுகிற் கூடற் குடவயின்.

(போருக்கு அறை கூவிக் கட்டிய நெடுந்தூரம் உயர்ந்த நெடிய கொடிக்கருகே, வரிந்து புனையப்பட்ட பந்து பாவையோடு தொங்க, யுத்தம் செய்வாரை ஒடுக்கிய போர் இல்லாத வாயிலையும், திருமகள் வீற்றிருந்த குற்ற மற்ற அங்காடி வீதியையும், மாடங்கள் மலிந்த வீதியை யும் உடைய கூடல் மாநகரத்தின் மேற்கே.

செரு - யுத்தம். பொருநர்- பொருபவர். நியமம்- கடைவீதி. மறுகு-வீதி. குடவயின் - மேற்குத் திக்கில்)

மலையின் அடிவாரத்துக்கருகே விரிந்த வயல்கள் இருக்கின்றன. நீர்வளமும் நிலவளமும் செறிந்தவை அந்த வயல்கள் என்பதை அங்குள்ள கரிய சேறு காட்டுகிறது. சேற்றிடையே விரிந்து வாயவிழ்ந்த தாமரை மலர்கள், முள்ளைத் தண்டிலே கொண்ட தாமரை மலர்கள் உள்ளன. கட்டுக் காவலுள்ள இடத்தைப் போலத் தாமரையின் தண்டு, எதுவும் ஏறி வராதபடி முள்ளுடன் இருக்கிறது. மலர்களில் வண்டுக்கூட்டங்கள் தங்கி ஒய்யாரமாக இருக்கின்றன. மாலைக்காலம் வந்து விட்டது. தாமரை மலர்கள் மூடிக் கொண்டன. மெத் தென்ற மலர்ப் படுக்கையில் வண்டுகள் சுகமாகத் தூங்கிப் போகின்றன.

இதழ்க்கதவு மெல்லத் திறக்கிறது. விடிந்து விட்டது. காலைப் பசிக்கு உணவு தயாராக இருக்கிறது; அருகிலே உள்ள நெய்தல் மலர்களில் தேன் நிரம்பியிருக்கின்றது; அவற்றில் வண்டுகள் பாய்ந்து கிண்டி ஊதி இன்புறுகின்றன. இதோ சூரியன் உதயமாகிவிட்டது. நெய்தற் கள்ளை உண்டுவிட்டு மேலே பறந்து மலை மேலே உள்ள நீலோற்பல மலர்களை அணுகுகின்றன. கண்ணைப் போல மலர்ந்த அந்த நீல

மலர்களில் தங்கி அவை ரீங்காரம் செய்து கொண்டிருக்கின்றன. இந்த ரீங்காரம் எப்போதும் கேட்கும் திருப்பரங்குன்றத்தில் முருகன் எழுந்தருளியிருக்கிறான். அது மட்டும் அன்று, இன்னும் கேள்.

இருஞ்சேற்று அகல்வயல் விரிந்துவாய்
அவிழ்ந்த முட்டாள் தாமரைத் துஞ்சி வைகறைக்
கட்கமழ் நெய்தல் ஊதி எற்படக்
கண்போல் மலர்ந்த காமரு சுனைமலர்
அஞ்சிறை வண்டின் அரிக்கணம் ஒலிக்கும்
குன்றமர்ந்து உறைதலும் உரியன்; அதாஅன்று.

(கரிய சேற்றையுடைய அகன்ற வயலில் விரிந்து மலர்ந்த முள்ளையுடைய தண்டைப் பெற்ற தாமரை மலரில் தூங்கி, விடியற் காலையில் தேன் பரந்த நெய்தல் மலரை ஊதி, சூரியன் உதயம் ஆனவுடன் கண்ணைப் போல மலர்ந்த அழகிய சுனைகளில் உள்ள மலர்களிலே சிறைகளையுடைய வண்டின் அழகிய கூட்டம் ரீங்காரம் செய்யும் திருப்பரங்குன்றத்தில் வீற்றிருத்தலையும் உடையவன். அதுவேயன்றி.

இரு - கரிய. எல் பட - சூரியன் உதிக்க. அரி அழகு. குன்று - திருப்பரங்குன்றம்.)

பரனது குன்று ஆதலின் திருப்பரன்குன்று என வழங்கிப் பிறகு திருப்பரங்குன்று ஆயிற்று. திருப்பரங்குன்றம் என்று பாட்டில் வராவிட்டாலும், மதுரைக்கு மேற்கே உள்ள குன்று என்ற அடையாளத்தால் திருப்பரங்குன்றென்று தெரிந்து கொள்ள வேண்டும். சங்க காலத்து நூல்களில் அங்கே முருகன் எழுந்தருளியிருப் பதைக் குறிக்கும் இடங்கள் உண்டு. பரிபாடலில் அந்தக் குன்றத்தை விரிவாக வருணிக்கும் பாடல்கள் இருக் கின்றன.

இனி, அடுத்த படைவீடாகிய திருச்சீரலைவாயைப் பற்றிச் சொல்லப் புகுகிறார் நக்கீரர்.

திருச்சீரலைவாய்

ஆறுமுகன்

ருச்சீரலைவாயில் முருகன் ஆறு முகங்களோடும் பன்னிரண்டு கரங்களோடும் சென்று தங்குபவன் என்று சொல்லும் வாயிலாக, அவனுடைய திருமுகங்களின் செயல்களையும் திருக்கரங்களின் செயல்களையும் புலவர் விரித்துரைக்கிறார்.

முருகன் அலைவாயிலே சென்று தங்குவதற்காக, எழுந்தருளுகிறான். அடியவருக்கு அருள் செய்யும் பொருட்டு யானையின்மேல் ஊர்ந்து வருகிறான். அந்த யானைக்குப் பிணிமுகம் என்று பெயர். முருகனுக்கு ஆட்டுக்கிடாய், மயில், யானை என்ற மூன்று வாகனங் கள் உண்டு. யானை வாகனத்துக்குப் பிணிமுகம் என்று பெயர். திருத்தணிகையில் முருகன் சந்நிதியில் யானை வாகனம் எதிரில் நிற்பதை இன்றும் காணலாம்.

முருகன் எழுந்தருளும் யானையைச் சிறிது கவனிக்கலாம். அதைச் சாதுவான யானை என்று சொல்வதற்கில்லை. முருகன் அதைச் சில சமயங்களில் அடக்கி ஓட்ட வேண்டிய அவசியம் உண்டு போலும்! அதன் மத்தகத்தில் அங்குசத்தின் கூரிய நுனி பதிந்த வடு இருக் கிறதே. நெற்றியிலே பட்டம் பளபளக்கிறது. அதன் உடம்பின் இரண்டு பக்கங்களிலும் இரண்டு மணிகள் தொங்குகின்றன. "ஆனைவரும் பின்னே, மணி ஓசை வரும் முன்னே" என்ற பழமொழிதான் தெரியுமே. யானை நடக்கும்போது அந்த மணிகள் மாறி மாறி ஒலிக்கின்றன. அது நடக்கத்தான் நடக்கிறது. ஆனால் எத்தனை வேகம்! காற்றுத் தான் களிறாக வந்ததோ என்று சொல்லும்படி இருக்கிறது நடை. கடு நடை போட்டுக் கொண்டு வரும் அதை எதிர்த்துத் தடுக்க முடியுமா? யமனைத் தடுத்து நிறுத்தும்

பேர்வழி யாராவது உலகத்தில் இருக்கிறார்களா? கூற்றத்தைப் போன்ற மாற்றுவதற்கரிய மொய்ம்பை உடையது அது.

இத்தகைய யானையின்மேல் ஏறி வீற்றிருக்கும் முருகனது திருக்கோலம் தனி அழகோடு இலங்குகிறது. புதுப்புது எழிலும் கோலமும் கொள்ளும் பேரழகன் முருகன். இப்போது ஆறுமுக அழகனாக, பன்னிருகைப் பெருமாளாகக் காட்சி அளிக்கிறான்.

வைந்நுதி பொருத வடுவாழ் வரிநுதல்
வாடா மாலை ஓடையொடு துயல்வரப்
படுமணி இரட்டும் மருங்கின், கடுநடைக்
கூற்றத் தன்ன மாற்றரு மொய்ம்பின்
கால்கிளர்ந்த தன்ன வேழமேல் கொண்டு.

(அங்குசத்தின் கூரிய நுனி பதிந்தமையால் உண்டான தழும்பு உள்ள கோட்டையுடைய நெற்றியில் வாடாத பொன்னரி மாலையையும், பட்டத்தோடு அசைய மணிகள் மாறி ஒலிக்கும் பக்கங்களையும், வேகமாகிய நடையையும் யமனைப் போன்ற தடுப்பதற்கரிய வலிமையையும் உடைய, காற்று எழுந்தாற் போன்ற யானையின் மேலே ஆரோகணித்து- முருகன் எழுந்தருளுகின்றான்.

வை - கூர்மை.நுதி-நுனி. ஓடை-நெற்றிப் பட்டம். துயல் வர- அசைய். இரட்டும் - மாறி ஒலிக்கும். மொய்ம்பு - வலிமை. கால்-காற்று.)

சற்றே கண்ணெடுத்துப் பாருங்கள். அவனது திருமுடியில் இரத்தினக் கிரீடம் பொலிகின்றது. நல்ல கிரீடத்தில் தாமம்,முகுடம், பதுமம், கோடகம், கிம்புரி என்று ஐந்து உறுப்புக்கள் அமைந்திருக்க வேண்டும். முருகன் அணிந்த திருமுடி இந்த ஐந்து உறுப்புகளும் குறைவற அமைந்தது; நல்ல வேலைப்பாடுகளெல்லாம் செய்து முற்றியது. பொன்னாற் சமைந்த இந்தக் கிரீடத்தில் மாணிக்கங்கள் ஒளி வீசுகின்றன. பொன்னாகிய நிலைக் களத்திலே அதன் நிறத்தினின்றும் வேறுபட்ட நிறமும் தம்முள்ளே

வெவ்வேறான நிறங்களும் பொருந்திய மணிகள் சுடர் விடுகின்றன.

இந்த மணிமுடிப் பெருமானின் திருமுகங்களுக்கு இருபாலும் செவிகளில் பொன்னால் அமைந்த மகரக் குழைகள் அசைகின்றன. அசையும்போது மின்னுகின்றன. வானத்திலே விளங்கும் மதியைச் சூழ்ந்து நட்சத்திரங்கள் ஒளி விடுவதைப் போல இருக்கிறது, அந்தக் காட்சி.

ஐவேறு உருவிற் செய்வினை முற்றிய
முடியொடு விளங்கிய முரண்மிகு
திருமணி மின்னுறழ் இமைப்பிற் சென்னிப்
பொற்ப நகைதாழ்பு துயல்வரூஉம் வகை அமை பொலங்குழை
சேண்விளங்கு இயற்கை
வாண்மதி கவைஇ அகலா மீனின் அவிர்வன இமைப்ப.

(ஐந்து வேறு உறுப்புக்களை உடையதும் செய்ய வேண்டிய வேலைப்பாடுகள் நிரம்பியதுமாகிய கிரீடத் தில், விளங்கும் நிறத்தால் மாறுபட்ட அழகிய மணிகள் மின்னல் விட்டு விளங்கி மின்னுவதைப் போல், முடி யிலே பொலிய, ஒளி தங்கி அசையும், கூறுபாடுகள் அமைந்த பொன்னாலாகிய மகரக்குழைகள், வானத் திலே விளங்கும் தண்மையையும் ஒளியையும் உடைய சந்திரனைச் சூழ்ந்து அகலாத நட்சத்திரங்களைப் போல விளங்கி மின்ன.

இமைப்பு - மின்னுதல், பொற்ப-விளங்க. நகை- ஒளி. துயல்வரூஉம் - அசையும். கவைஇ- சூழ்ந்து. அவிர்வன - விளங்குவனவாய்.)

முருகன் தியானிப்பவர்களின் உள்ளத்தே நடஞ் செய்பவன், அவன் திருக்கோலத்தை விரதமுடைய தவசிகள் நன்கு அறிவர். கேடில்லாத விரதம் இருந்து முருகன் திருவருளைப் பெற வேண்டுமென்று எண்ணி முயன்று தம் சங்கற்பம் நிறைவேறப் பெற்ற அன்பர் களுடைய உள்ளத்துக்குள்ளே பொருந்தி எழுவன. முருகனுடைய ஒளியும் வண்ணமும்

பெற்ற முகங்கள், அந்த முகங்களுக்குள் ஒவ்வொன்றும் ஒவ்வொரு காரி யத்தைச் செய்கிறது.

தாவில் கொள்கைத் தம்தொழில் முடிமார்
மனனேர்பு எழுதரு வாள்நிற முகனே.

(கேடில்லாத விரதத்தையுடைய தம் தவமாகிய தொழிலை முடிக்கும் ஆற்றல் பெற்ற முனிவர்களது மனத் திலே பொருந்தித் தோன்றுகின்ற ஒளியும் நிறமும் பொருந்திய முகங்களுக்குள் -தா-கேடு. கொள்கை- விரதம். முடிமார்- முடிப்பவர்.)

இந்த உலகத்தில் உள்ள பொருள்களைப் புறக் கண்ணுக்குத் தோற்றுவிப்பவை மூன்று சுடர்கள். பகலில் சூரியனும், இரவில் சந்திரனும் அக்கினியும் இல்லையானால் உலக முழுவதும் இருள் மண்டிக் கிடக்கும். பரந்த இருளே இயற்கையாக இந்த ஞாலத்துக்கு உரியது. இந்த மாயிருள் ஞாலம் நன்றாக விளங்க வேண்டுமானால் ஒளி வேண்டும். ஒளி இல்லையேல் கண் இருந்தும் பயன் இல்லை. ஒளியையே இறைவனாகப் போற்றுவது வேதம்.

புறத்திருளைப் போக்குவதற்குப் புற ஒளி எவ்வாறு இன்றியமையாததோ அவ்வாறே அக இருளைப் போக்கு வதற்கு அகவொளி அவசியம். அக இருளாவது அறியாமை. அதனை நீக்கும் ஒளி ஞானம். உலகம் முழுவதும் அறியாமை நிரம்பியது. வெறும் உலக உணர்வு மாத்திரம் படைத்த உயிர் அஞ்ஞான முடையதென்று தான் சொல்ல வேண்டும். இந்த உலகத்தினூடேயிருந்து எல்லாவற்றையும் இயக்குவிக்கும் ஒரு பெரும் பொருளையும், இந்த உலகத்திலே வாழப் புகுந்த உயி ராகிய பொருளையும், இவ்விரண்டுக்கும் உரிய தொடர்பையும் தெரிந்து கொள்ளாமல் இருக்கும் நிலை வெறும் உலகியலறிவால் உண்டாகிறது. அது மாறி, மேலே சொன்னவற்றைத் தெரிந்து கொள்ளும் நிலை வந்தால் அகத்தே படர்ந்த இருள் மறைந்து ஒளி உதய மாகும். அவ்வொளியாகிய ஞானம் இறைவன் அருளால் உண்டாகும்.

எனவே, இருள் தரு மாஞாலத்தில் புற இருளையும் அக இருளையும் நீக்குவதற்குத் துணையாக நிற்பது இறைவன் திருவருள். முருகன் அவ்விரண்டு இருளையும் போக்க வல்லவன், அவனுடைய ஆறு திருமுகங்களுள் ஒன்று மாயிருள் ஞாலம் குற்றமின்றி விளங்கும்படியாகப் பல கதிரை விரித்துப் பரப்புகின்றது.

மாயிருள் ஞாலம் மறுவின்றி விளங்கப்
பல்கதிர் விரிந்தன்று ஒருமுகம்.

(பெரிய இருள் படைத்த உலகமானது குற்றமில்லாமல் விளங்கும்படியாகப் பலகதிர் விரிந்து விளங்குவது ஒரு முகம்.

மறு - குற்றம். விரிந்தன்று-விரிந்தது.)

இந்த முகம் தன்னுடைய கதிர்களை வீசிக் கொண்டே விளங்குகிறது, சில கதிர்கள் சூரியனுடைய செங்கதிர்களாக உருப்பெறுகின்றன. சில கிரணங்கள் சந் திரனது தண்ணிலவாக உருக்கொள்கின்றன. சில கதிர்கள் அக்கினியின் வெம்மை நிலவிய ஒளியாக அமைகின்றன. இன்னும் சில கதிர்கள் அஞ்ஞானத்தைப் போக்கும் ஞானமாக உட்புகுகின்றன. ஆகவே, பலவகைக் கதிர்களை உடையதாயிற்று இந்த முகம்.

இரண்டாவது முகம் வரம் கொடுக்கும் முகம். முருகனை நினைந்து உருகி அன்பு செய்வார் அவனை வாயார வாழ்த்துகின்றனர். அவர்களுடைய அன்பினாலே உள்ளம் குளிர்ந்து அவர்கள் விருப்பப்படி யெல்லாம் வளைந்து கொடுப்பவன் முருகன். பக்தர் களுக்கு இனியவன். "பக்தருக்கு வாய்த்த பெருமாளே என்று அருணகிரிநாதர் பாடுகிறார். பக்தர்கள் உள்ளம் பொருந்தும்படியாக, அவர்களிடம் எப்படிச் சென்றால் இன்பத்தை அடைவார்களோ அப்படி அமைந்து இனிதாகச் சென்று வரம் கொடுப்பவன் முருகன். பெரு வள்ளல்களாக இருப்பவர்களுக்கு ஈகையிலே ஓர் இன்பம் உண்டு.

அதுபோலப் பக்தர்களுக்கு வரம் கொடுப்பதிலே முருகனுக்கு ஆசையும் இன்பமும் அதிகம்.

ஆர்வலர் ஏத்துவதைக் கேட்ட அளவிலே அவர்களுக்கு வரம் அருள வேண்டும் என்ற காதல் அவன் திருவுள்ளத்திலே சுரக்கின்றது, மிகவும் உவகையோடு வரத்தை அளிக்கிறான்; அவர்கள் வேட்கையை நிறைவேற்றுகிறான். இவ்வாறு வரம் அளிக்கும் அருட்செயலைச் செய்கின்றது, முருகனது இரண்டாவது திருமுகம்.

ஒருமுகம்
ஆர்வலர் ஏத்த அமர்ந்துஇனிது ஒழுகிக்
காதலின் உவந்து வரங்கொடுத் தன்றே.

(ஒரு முகம், அன்புடையவர் துதிக்க. அவர்களுக்கு ஏற் கும்படியாகப் பொருந்தி இனிதாகச் சென்று விருப்பத் தோடு மகிழ்ந்து வரத்தைக் கொடுத்தது.

ஆர்வலர் - அன்புடையார். கொடுத்தன்று - கொடுத்தது.)

சூரபதுமன் முதலிய அசுரர்கள் பலரை அழித்தவன் முருகன். அவன் தேவர்களுக்குப் படைத்தலைவன். தேவர்களின் பகைவர்களை வேரறுக்கும் கடமை என்றும் அவனுக்கு உரியது. சுரர்களைக் காப்பாற்றும் பொருட்டு அசுரர்களை ஒடுக்கக் கங்கணம் கட்டிக் கொண்டவன். அசுரர்கள் எப்போதும் சுரர்களுக்கு இடைஞ்சல் பண்ணிக் கொண்டே இருப்பார்கள்.

உலகத்தில் அந்தணர் வேள்வி செய்யுங்கால் தேவர்களை அழைத்து அவர்களுக்கு அவியுணவு வழங்குவர். தேவர்களுடைய சுகபோகங்களைத் தம்முடையனவாக ஆக்கிக்கொள்ள அசுரர்கள் முந்துவார்கள். அப்போது தேவர்களுக்குரிய உணவு அவர்களுக்குச் சேர வேண்டும் என்பதை உன்னி, யாகங்களைப் பாதுகாக்கும் வேலையைத் தேவசேனாபதியாகிய முருகன் மேற்கொள்கிறான். வேள்வியில் 'சுப்பிரமண்யோம்' என மும்முறை கூறி ஆகுதி

வழங்குதல் மரபென்பர். ஆதலின் முருகன் யாகசம்ரக்ஷணை செய்யும் தொழிலையும் உடையவன். அவனுடைய திருமுகங்களில் ஒன்று. வேதமந்திர விதிப்படி மரபு தவறாது அந்தணர் புரிகின்ற வேள்விகளைத் தீங்கின்றிப் பாதுகாக்க நினைக்கின்றது.

ஒருமுகம்
மந்திர விதியின் மரபுளி வழாஅ
அந்தணர் வேள்வோர்க் கும்மே.

(வேதமந்திர முறையின்படியே சம்பிரதாயத்தினின்றும் வழுவாத அந்தணர்களுடைய யாகங்களை நன்கு நிறை வேற்றத் திருவுள்ளம் கொள்ளும், ஒரு முகம்.

மரபுளி - சம்பிரதாயத்தில். ஓர்க்கும் - நினைக்கும்.) வேள்வி காவலனாகிய முருகனை, "யாக முனிவர்க்குரிய காவற்காரனும்," "அந்தண்மறை வேள்வி காவற்கார" என்று அருணிகிரிநாதர் போற்றுவர்.

முருகனை ஞானபண்டிதனென்று வழிபடுவது பெரியோர் மரபு. ஞானமே திருவுருவாக வாய்த்த பிரான் அவன். பலருக்கு மெய்ஞ்ஞான உபதேசம் செய்ததாகப் புராணங்கள் கூறும். சிவபிரானுக்கே உப தேசம் செய்தமையின் குமரகுருபரன் என்ற திருநாமத்தைப் பெற்றான். அவன் எல்லாக் குருக்களிலும் மேலான குரு.

நூல்களின் வாயிலாகத் தெரியாத பொருள்கள் பல. அவற்றை ஆசிரியர் வாயிலாகத் தெரிந்து கொள்ளலாம். எல்லாப் பொருள்களையும் எல்லா ஆசிரியர்களும் விளக்குவது முடியாத காரியம். ஓர் ஆசிரியரால் விளக்க இயலாததைப் பின்னும் திறமையயுடைய மற்றோர் ஆசிரியர் விளக்குவார்.

நூல்களால் அறியப்படாமல் எஞ்சி நிற்கும் பொருள் பலவற்றுள் சிலவற்றைச் சில வகை ஆசிரியர் விளக்குவர். அவராலும் விளக்குதற்கு அரியனவாய் எஞ்சி நிற்பன பல. இன்னும் சிறந்த ஆற்றல் படைத்த ஆசிரியர்கள் எஞ்சிய

பொருள்களில் மேலும் சிலவற்றை விளக்குவார்கள். வித்தியா குருக்களால் விளக்க முடியாத பலவற்றை ஞானகுரு விளக்குவார். அவராலும் விளக்க முடியாமல் எஞ்சிய பொருள்கள் உண்டு. இப்படிக் குருவுக்குப் பின் குருவாக விளக்கும் முறையில் எஞ்சி நிற்கும் பொருள்கள் குறைந்து வரும். கடைசியில் யாராலும் விளக்குதற்கரிய பொருளாகச் சில எஞ்சி நிற்கும். அவற்றை விளக்கத் தக்கவன் யார்? முருகன் தனித் தலைமைப் பெருங்குரவன் ஆதலின் அவன் இறுதியிலும் இறுதியாக எஞ்சிய பொருள்களை ஞான வேட்கை உடையவர்கள் இன்புறும் படியாக விளக்குவான். இத்தகைய அருட்செயலால் தெளிவில்லாத் திசைகளெல்லாம் விளக்கம் பெறுகின்றன. இந்தக் காரியத்தை முருகனுடைய மற்றொரு முகம் செய்கின்றது. சந்திரனைப் போல விளங்குவது அந்த முகம். அறிவு நிறைவுக்குச் சந்திரனை உவமையாகச் சொல்வர். இங்கே உருவத்தாலும் ஆற்றலாலும் அந்த முகம் திங் களைப் போலத் திசை விளக்குகின்றது.

...ஒருமுகம்
எஞ்சிய பொருள்களை ஏமுற நாடித்
திங்கள் போலத் திசைவிளக் கும்மே.

(ஒருமுகம், நூல்களாலும் ஆசிரியர்களாலும் விளக்க முறாமல் எஞ்சிய பொருள்களை, அவற்றை உணரப் புக்க ஞானவேட்கை உடையார் இன்பம் உறும்படியாக ஆராய்ந்து, சந்திரனைப் போலத் திசையெல்லாம் விளக்கும்.

ஏமுற - இன்பம் உண்டாகும்படி.)

முருகன் வீரர்களுக்குள் வீரன்; படைகளுக்குள்ளே சிறந்த வேலாயுதம் படைத்த பெருவீரன். தேவர்களுக்கு வரும் இடுக்கண்கள் சாமானியமானவை அல்ல. அவர்களை எந்தச் சமயத்தில் பங்கப்படுத்தலா மென்று காத்திருப்பவர்கள் அசுரர்கள். இத்தகைய அபாய நிலையில் தேவர்கள் இருப்பினும் அவர்கள் அச்சமின்றித் தம்முடைய சுக போகங்களை அநுபவித்துக் கொண்டுதான் இருக்கிறார்கள்.

காரணம் அவர்களைப் பாதுகாக்கக் கங்கணம் கட்டிக் கொண்ட பெருவீரனாகிய முருகன் இருப்பதுதான். பகைவர்களாக வருபவர்களைத் தேய்த்து மிக நீண்டு செல்லும் யுத்தங்களை முடித்துக் கோபம் கொண்ட உள்ளத்தோடே போர்க் களத்தில் வெற்றிக்கு அறிகுறியாகக் களவேள்வி செய் பவன் அவன். இந்தக் களவேள்வியைச் செய்வது அவன் திருமுகங்களில் ஒன்றன் வேலை.

...ஒருமுகம்
செறுநர்த் தேய்த்துச் செல்சமம் முருக்கிக்
கறுவுகொள் நெஞ்சமொடு களம் வேட் டன்றே.

(ஒரு முகமானது செறுகின்றவர்களை அழித்து, வந்த போர்களைப் போக்கிக் கறுவுதல் கொண்ட உள்ளத்தோடே களவேள்வியைச் செய்தது.

செறுநர் - எதிர்ப்போர்.சமம்-போர்)

'செல்சமம் முருக்கி' என்பதற்குத் தன் திருவுள்ளத்திலே ஏறிய நடுவு நிலைமையைப் போக்கிவிட்டு என்றும் அர்த்தம் கொள்ளலாம். எல்லோரிடத்தும் ஒரே மாதிரியான கருணையைப் பாலிக்க வேண்டிய முருகன் அந்த நடுநிலையை மாற்றி அசுரர்களை மறக் கருணையாலே கொல்ல வேண்டுமென்று எண்ணுகின்றானாம்.

போர்க்களத்தில் வெற்றி பெற்றவன் அந்தக் களத்தைத் தனதாக்கிக் கொண்டு, அங்கே இறந்து துணிந்து கிடக்கும் உடல்களைக் கொண்டு துர்க்கைக்கு வேள்வி செய்வது மரபு. இதைக் களவேள்வியென்று கூறுவர்.

முருகன் வள்ளியெம் பெருமாட்டியினிடம் அளவற்ற காதல் உடையவன். வேடருக்கிடையே வளர்ந் தாலும் தன்பால் அன்பு பாராட்டிய திறத்தை நினைந்து தானே வலியச் சென்று அப்பிராட்டியை ஆண்டு கொண் டவன். புலவர்கள் பலரும் வள்ளியின்பால் முருக வேளுக்குரிய காதல் திறத்தைப் பலபடியாக வருணிப்பர். காதல் துறைகளெல்லாம்

அப்பிராட்டிபால் நிகழ்த் தியதாகப் பாடுவர். களவின்பம் தமிழ் மரபுப்படி மிகச் சிறந்தது. ஒரு தலைவன், தலைவியை அடுப்பாரும் கொடுப்பாரும் இன்றித் தானே கண்டு உளங்கலந்து அளவளாவும் இன்பமே சிறந்த இன்பம். இவ்வின் பத்தை முருகன் வள்ளியெம் பிராட்டிபால் பெற்றான். குறவர் மடமகளும் கொடிபோன்ற இடையை உடைய வளுமாகிய மடவரால் வள்ளியோடு இன்புற்று மகிழும் செயலைப் புரிவது அவன் திருமுகங்களுள் ஒன்று.

ஒருமுகம்
குறவர் மடமகள் கொடிபோல் நுசுப்பின்
மடவரல் வள்ளியொடு நகையமர்த் தன்றே.

(ஒரு முகமானது, குறவர் மடமகளும் கொடி போன்ற இடையையுடைய மெல்லியலாளுமாகிய வள்ளியோடு இன்பம் புணர்ந்து மகிழ்ந்தது.)

பன்னிருகைப் பெருமாள்

முருகன் தன் ஆறு திருமுகங்களாலும் இயற்றும் செயல்களைக் கூறும் வாயிலாக, அவன் பேரொளி படைத்தலைவன், அடியார்க் கெளியவன், வேள்விக் காவலன், ஞானவள்ளல், வீரன், இன்பத் தலைவன் என்பதைப் புலப்படுத்தினார். அந்தத் திருமுகங்களுக்கு ஏற்ற வகையில் அவன் திருக்கரங்கள் இயங்குகின்றன. ஒவ்வொரு முகத்தின் செயலுக்கும் பொருத்தமான தொழிலை இரண்டிரண்டு கரங்கள் செய்கின்றன. மேலே சொன்னபடி ஆறு முகங்களும் தாம் செய்ய வேண்டிய காரியங்களைச் செய்து வருதலின் அவற்றிற்கு ஏற்பக் கைகள் பன்னிரண்டும் இயங்குகின்றனவென்று அக் கைகளின் செய்கைகளையும் இனி விளக்குகிறார்.

ஆங்கம், மூவிரு முகனும் முறைநவின்று ஒழுகலின், *(அவ்வாறு அந்த ஆறு திருமுகங்களும் தமக்குரிய கடமை களைப் பயின்று செய்து வருவதனாலே பின்வரும் கைகளும் ஏற்ற தொழில் புரிகின்றன எனச் சொல்ல வருகிறார்.)*

முருகன் திருமார்பில் பொன்னாரம் புரளுகின்றது. அகன்ற பெருமையையுடைய மார்பு அது. அந்தத் திரு மார்பிலே மூன்று வரிகள் தோளளவும் சென்றிருக் கின்றன. உத்தம ஆடவர்களுக்குரிய இலக்கணம் அது. சிவந்த வரிகளை மார்பிலிருந்து வாங்கிக் கொண்டு விளங்குகின்றன திருத்தோள்கள். அத்தோள்கள் மிக்க வலியை உடையன; சோதி வீசுவன; வான நாடருக்கும் அடியாருக்கும் வேண்டியவற்றைக் கொடுத்துக் கொடுத்து அந்த வண்மையினாலே புகழைப் பெற்று விளங்குபவை; கண்டார் உள்ளத்தை வசப்படுத்துவன. கழுத்தரு கில் உள்வாங்கியும் அப்பால் நிமிர்ந்தும் பொலியும் வீரத் தோள்கள் அவை. அழகு, ஒளி, புகழ், வீரம் என்னும் இந்த நான்கும் நிரம்பிய பன்னிரண்டு தோள்கள் படைத்தவன் முருகவேள்.

ஆரம் தாழ்ந்த அம்பகட்டு மார்பிற்
செம்பொறி வாங்கிய மொய்ம்பிற் சுடர்விடுபு
வண்புகழ் நிறைந்து வசிந்துவாங்கு நிமிர்தோள்.

(பொன்னாரம் தொங்கும் அழகிய பெருமையையுடைய மார்பிலே உள்ள சிவந்த வரிகள் தம் வரையில் வர அவற்றை ஏற்றுக் கொண்டனவும், வலியையுடையனவும், ஒளி வீசி, கொடுத்தலால் பெற்ற புகழ் நிரம்பி, கண்டார் உள்ளத்தை வசமாக்கி, உள்வாங்கி மேலே நிமிர்ந்த தோள்கள் - அவற்றில் ஒவ்வொன்றும் இன்னது செய்யும் எனச் சொல்ல வருகிறார்.

பகடு - பெருமை. மொய்ம்பு - வலிமை. வசிந்து கவர்ச்சி பெற்று.)

முருகன் உலகத்துக்கு ஒளி தருகின்ற சுடர்களுக்கும் ஒளி தருகின்றவன். பல்கதிர் விரிந்த திருமுகம் இந்த அருட்செயலை ஏற்றுக் கொண்டிருக்கின்றது. அதற்கு இணைந்த இரண்டு கைகள் அம்முகத்துக்குத் துணையாக நிற்கின்றன.

வானத்திலே சூரியன் செல்லும்போது ஒளியை வீசுவதோடு நிற்பதில்லை; வெம்மையையும் விடுக்கின்றான்.

அவனது வெம்மை அவ்வளவையும் உலகம் தாங்காது; ஆதலின் அந்த வெம்மையைத் தம்முடைய தவவலிமை யினாலே தாங்கிக் கொண்டு சில முனிவர்கள் சூரியனுடனே பிரயாணம் செய்து கொண்டிருக்கின்றனராம்.

"நிலமிசை வாழ்நர் அலமரல் தீரத்
தெறுகதிர்க் கனலி வெம்மை தாங்கிக் கால்உண வாகச்
சுடரொடு கொட்கும் அவிர்சடை முனிவர்"

என்று புறநானூற்றில் அம்முனிவரர் பாராட்டப் பெறுகின்றனர். அவர்களை வேணாவியோர் என்ற பெயரால் வழங்குவரென்று தெரிகின்றது.

அந்த முனிவர்கள் எப்போதும் விண்ணிலே செல்லும் வேலையை மேற்கொண்டிருக்கிறார். சூரியனது வெம்மையைத் தாங்கிக் கொள்கிறார்கள். அதற்குரிய ஆற்றல் தவத்தால் வந்தாலும் விடாமல் இக்காரியத்தைச் செய்ய அந்தத் தவவலி மாத்திரம் போதாது. ஆண்டவன் அருள்வலிமையும் வேண்டும். அவர்களுக்கு அந்தப் பலமும் உண்டு, உலகத்தில் இருள் போக வேண்டு மென்று திருவுள்ளம் கொண்ட முருகன் தன் திருக்கரம் ஒன்றால் அவர்களுக்குப் பலத்தை அருள்கிறான். அவர் களுக்குப் பாதுகாவலாக ஒரு திருக்கரத்தை மேலே ஏந்தி, அதன் இணையாகிய இடத் திருக்கரத்தை இடை யிலே வைத்திருக்கிறான்.

விண்செலல் மரபின் ஐயர்க்கு ஏந்தியது
ஒருகை உக்கம் சேர்த்தியது ஒருகை.

(ஆகாயத்திலே சூரியனது வெம்மையைத் தாங்கிச் செல்லுகின்ற கடமையையுடைய முனிவர்களைப் பாதுகாக்கும் பொருட்டு உயர்த்தியது ஒரு கை; இடையிலே வைத்தது ஒரு கை.

உக்கம் - இடை.)

அடியாருக்கு வேண்டிய வரங்களைக் கொடுக்கும் திருமுகத்துக்கு ஏற்ப இரண்டு திருக்கரங்கள் தொழிற் படுகின்றன. முருகன் அடியார்களுக்கு அருள் புரியும் பொழுது யானையின்மேல் ஏறி வருவான். ஆகவே அதற்கு ஏற்ற திருக்கோலத்தில் அக் கைகள் உள்ளன. யானையை ஓட்டும்போது ஒரு கையைத் தன் துடையின் மேலே வைத்துக் கொண்டு, மற்றொரு கையாலே அங்குசத்தைப் பிரயோகம் செய்திருக்கிறான்.

நலம்பெறு கலிங்கத்துக் குறங்கின்மிசை அசைஇயது ஒரு கை
அங்குசம் கடாவ ஒருகை

(ஒரு கையானது அங்குசத்தைச் செலுத்த, மற்றொரு கை அழகைப் பெற்ற ஆடையை உடுத்த துடையின்மீதே கிடந்தது.

குறங்கு - துடை. அசைஇயது கிடந்தது.கடாவ செலுத்த.)

வேத வேள்வியை நிறைவேற்றிக் கொடுக்கும் திரு முகத்தோடு இணைந்த திருக்கரங்கள், அவ்வேள்வியை அழிக்க வரும் அசுரர்களிடமிருந்து பாதுகாக்க வேண்டிச் சித்தமாக இருக்கின்றன. கேடயத்தையும் வேற் படையையும் அந்த இரண்டு திருக்கைகளும் சுழற்றிக் கொண்டிருக்கின்றன.

...இருகை
ஐயிரு வட்டமொடு எஃகுவலம் திரிப்ப.

(இரண்டு கரங்கள் வியப்பையும் கருமையையும் உடைய கேடயத்தையும் வேலாயுதத்தையும் வலமாகச் சுழற்ற.

ஐ-வியப்பு.இரு-கரிய. வட்டம் - கேடயம். எஃகு - வேல்.)

எஞ்சிய பொருள்களை விளக்கி ஞானக்கொடை வழங்கும் திருமுகத்துக்கு ஏற்றபடி இருகைகள் ஞான முத்திரையைக் காட்டுகின்றன. ஒரு கையை மார்போடே சேர்த்து முத்திரை காட்டி, ஒரு கையை மார் பிலே உள்ள மாலையோடு ஒட்டி வைத்திருக்கிறான் முருகன். இந்த முத்திரையை மோன

முத்திரையென்று கூறுவர். 'இறைவன் மோன முத்திரையத்தனாய்த் தானாயே இருந்து காட்ட, ஊமைத் தசும்புள் நீர் நிறைந் தாற்போல ஆனந்த மயமான ஒளி மாணாக்கர்க்கு நிறை தலின், அதற்குரிய மோனமுத்திரை கூறிற்று' என்று நச் சினார்க்கினியர் இதை விளக்குவார்.

ஒருகை
மார்பொடு விளங்க ஒருகை
தாரொடு பொலிய.

(ஒரு கை திருமார்பில் மோனமுத்திரையோடு விளங்க, மற்றொரு கை மாலையோடு விளங்க.)

வீரம் நிறைந்த முருகன் அசுரசங்காரம் செய்து வெற்றி மிடுக்கோடு களவேள்வி செய்கிறான். அந்தக் குறிப்பையுடைய திருமுகத்தோடு பொருந்திய இருகரங்களில் ஒன்று, தான் அணிந்த தோள் வளையோடு மேலே சுழல, மற்றொரு கரம் மணியை ஒலிக்கிறது. இது களவேள்வி செய்யும்போது அதற்குரிய உத்தரவு இடுகின்ற செயல். நடத்துங்கள், நடத்துங்கள் என்று ஒரு கையை மேலே எடுத்துச் சுழற்றுகின்றான்; மற்றொரு கையால் வேள்விப் பூசைக்குரிய மணியை ஒலிக் கின்றான்.

... ஒருகை
கீழ்வீழ் தொடியொடு மீமிசைக் கொட்ப, ஒரு கை
பாடின் படுமணி இரட்ட.

(ஒரு கையானது கீழே நழுவுகின்ற வளையோடே மேலே சுழல, மற்றொரு கை இனிய ஓசையையுடையதாகி ஒலிக்கும் மணியை மாறி மாறி ஒலிக்கப்பண்ண.

கொட்ப - சுழல. பாடு-ஓசை.)

இறைவன் உயிர்களுக்குத் திருவருள் புரிந்து இன்பம் தருபவன். அந்த அருளையே இறைவனுடைய சக்தியாக வழிபடுவது மரபு. ஆணும் பெண்ணும் அல்லாத கடவுள்

ஆணாகவும் பெண்ணாகவும் உருக்கொண்டு மணம் புரிந்து தேவியும் தேவனுமாக இலங்குவது அருள் திரு விளையாடல். உலகத்தில் இரண்டு வகைச் சக்திகளே ஆணென்றும் பெண்ணென்றும் உருக்கொண்டு நிற்கின்றன. இந்தப் பிரிவு இல்லாமல் ஒரே இனமாக இருந்தால் மேலும் இனப் பெருக்கம் இன்றி ஒழியும். இனப்பெருக்கம் இல்லாவிட்டால் உலக நிகழ்ச்சியும் இல்லை.

ஆணும் பெண்ணும் இணைந்து வாழும் உலகத்தில் அந்தக் கூட்டுறவு குன்றாமல் நிகழ வேண்டுமானால் இறைவன் திருவருள் வேண்டும். அவனும் ஆணும் பெண்ணும் சேர்ந்த உருவத்தோடு நின்று அருள் செய்வதால் உலகத்தில் இன்ப வாழ்க்கை இடையீடின்றி நிகழ்ந்து வருகின்றது.

தென்பால் உகந்தாடும் தில்லைசிற் றம்பலவன்
பெண்பால் உகந்தான் பெரும்பித்தன் காணேடி
பெண்கால் உகந்திலனேல் பேதாய் இருநிலத்தோர்
விண்பாலி யோகெய்தி வீடுவர்காண் சாழலோ

என்ற மாணிக்கவாசகர் அமுதவாக்கு இந்தத் தத்துவத்தைச் சொல்கிறது.

முருகன் வள்ளியோடு நகையமர்ந்து வள்ளி கணவனாக இருப்பதனால்தான் எல்லா உலகத்திலும் இன்ப வாழ்வும் இல்லறமும் குறைவின்றி நிகழ்கின்றன. இல்லற இன்பம் உலக முழுவதும் பெருகும்படி அருள் செய்யும் திருக்கோலத்தில், ஒருமுகம் வள்ளியொடு நகையமர்கின்ற கைகளோ இருவகைப் பசியை ஆற்றும் செயல் புரிகின்றன. வயிற்றுப் பசியும் காமப்பசியும் இல்லறத்தால் போகின்றன. அறமும் இன்பமும் ஓங்குகின்றன. வயிற்றுப்பசி போகவும் அறம் ஓங்கவும் பயிர் விளைய வேண்டும். அதற்கு இன்றியமையாதது மழை. நீல நிறத்தையுடைய வானத்திலிருந்து மிகுந்த மழை பொழியும் படியாக ஒரு கை செய்கின்றது.

இன்ப வாழ்வுக்கு ஆரம்பம் மணம்; மாலை புனைதல் மணக்கோலம். வானத்திலே உள்ள தெய்வ மகளிர் மணமாலை சூடும்படிச் செய்கின்றது மற்றொரு திருக்கரம்.

இவ்விரு கரங்களாலும் மழையும் மணமும் பெருகச் செய்து, அறமும் இன்பமும் பெருகும் இல்வாழ்க்கை நன்கு நடைபெற அருளி, இவ்வின்ப வாழ்க்கையில் தலைசிறந்தவனாக வள்ளியொடு மகிழ்ந்து குலவுகிறான் முருகன்.

..ஒருகை
நீல்நிற விசும்பின் மலிதுளி பொழிய ஒருகை
வான்அர மகளிர்க்கு வதுவை சூட்ட

(ஒரு கையானது நீலநிற வானத்திலிருந்து மிக்க மழையைப் பொழியும்படியாகச் செய்ய, மற்றொரு கை தேவப் பெண்களுக்கு மணமாலையைச் சூட்ட.)

இவ்வாறு முருகன் ஆறு திருமுகங்களுக்கு ஏற்ற படி பன்னிரண்டு திருக்கரங்களால் அருட் செயல்களைப் புரிகின்றான்.

ஆங்கப், பன்னிரு கையும் பாற்பட இயற்றி.

(அவ்வாறு அந்தப் பன்னிரண்டு திருக்கரங்களும் முகங் களுக்கு ஏற்ற வகையிலே பொருந்தச் செயல்களைச் செய்து.)

முருகன் வருகை

ஆறு முகங்களும் பன்னிரண்டு திருக்கரங்களும் படைத்த முருகன் எழுந்தருளுகின்றான். வான வீதி வழியே வருகின்றான். அந்தர துந்துமிகள் முழங்குகின்றன. நல்ல வயிரத்தையுடைய கொம்புகள் ஒலிக் கின்றன. வெள்ளிய சங்குகள் நாலுகின்றன. பலமாக இடியைப் போல வெற்றி முரசு முழங்குகின்றது. வெற்றிக் கொடியிலே பல

கண்களோடு விளங்கும் தோகையைப் பெற்ற மயிலும் அவன் ஆணையாலே அகவுகின்றது.

அந்தரப் பல்லியம் கறங்கத் திண்காழ்
வயிர்எழுந்து இசைப்ப வால்வளை ஞரல
உரந்தலைக் கொண்ட உருமிடி முரசமொடு
பல்பொறி மஞ்ஞை வெல்கொடி அகவ.

(வானத்து இசைக் கருவிகள் முழங்க, திண்ணிய வயிரத்தையுடைய கொம்புகள் உச்ச ஒலியோடு ஒலிக்க, வெள்ளிய சங்குகள் சப்திக்க, வன்மையைத் தன்னிடத்திற் கொண்ட இடியைப் போன்ற முரசம் ஒலிப்பதோடு பல பீலிகளையுடைய மயிலாகிய வெற்றிக்கொடி அகவ எழுந்தருள்கிறான் முருகன்.

காழ் - வயிரம். வயிர்-ஊது கொம்பு. வளை- சங்கு.)

வானமே வழியாக முருகன் வேகமாக எழுந்தருள்கிறான். அடியார்களுக்கு அருள் செய்வதில் அவனுக்கு வேகம் அதிகம். உலகமெல்லாம் போற்றும் சிறப்பையுடைய திருச்சீரலைவாயை நோக்கி வருகிறான். அத் திருத்தலத்திற்கு வந்து தங்குகிறான்.

விசும்பா றாக விரைசெலல் முன்னி
உலகம் புகழ்ந்த ஓங்குயர் விழுச்சீர்
அலைவாய்ச் சேறலும் நிலைஇய பண்பே; அதாஅன்று.

(ஆகாயமே வழியாக விரைந்து செல்லுதலைத் திருவுளத்தே கொண்டு, உலகம் புகழ்கின்ற மிக உயர்ந்த மேலான சிறப்பையுடைய அலைவாய்க்குச் சென்று தங்குதல் அவனுக்கு நிலைபெற்ற இயல்பு. அது மாத்திரம் அன்று.

முன்னி-எண்ணி சேறல்- செல்லுதல்.)

திருச்செந்தூருக்கு அலைவாய் என்பது பழைய பெயர். அது நாமனூரலைவாய் என்றும் வழங்கும். திருச்சீரலைவாயென்று

அடைகளுடன் சேர்த்தும் வழங்குவர். முருகன் திருக்கோயில் கடல் அலைகள் மோதும் இடத்திலே அமைந்திருத்தலின் இதற்கு இப்பெயர் வந்தது. மிகப் பழங்கால முதலே இத்தலம் தமிழ்ப் புலவர்களால் போற்றப் பெற்று வருகின்றது.

**"திருமணி விளக்கின் அலைவாய்ச்
செருமிகு சேஎய்'"**

என்று அகநானூற்றிலும்,

**"வெண்டலைப் புணரி அலைக்கும் செந்தில்
நெடுவேள் நிலைஇய காமல் வியன்றுறை"**

என்று புறநானூற்றிலும் இதன் சிறப்பைப் புலவர் பாடி யுள்ளனர்.

**"வரைவயிறு கிழித்த நிழல்திகழ் நெடுவேல்
திகழ்பூண் முருகன் தீம்புனல் அலைவாய்"**

என்பது ஒரு பழம்பாட்டு.

முருகன் சூரசங்காரம் செய்த பிறகு வெற்றிக் கோலத்தோடு எழுந்தருளிய இடமாதலின் இதற்கு ஜயந்தி என்ற திருநாமம் வந்ததென்றும், அதுவே செந்தி, செந்தில், செந்தூர் என்று மாறி வழங்குமென்றும் கூறுவர். இத்தலத்தில் சண்முகன் பற்றிக் கூறுகையில் நக்கீரர் அறுமுகத் திருக்கோலத்தை வருணித்ததற்கு இதுவே காரணமாக இருக்கலாம்.

"திருப்பரங்குன்றத்தில் முருகன் எழுந்தருளியிருக்கிறான். திருச்சீரலைவாயில் ஆறுமுகனாகச் சென்று தங்குகிறான்" என்று கூறி, "இவ்வளவு மாத்திரம் அன்று; இன்னும் உண்டு. கேட்பாயாக" என்று மேலே திருவாவினன்குடியைப் பற்றிச் சொல்லத் தொடங்கு கிறார் நக்கீரர்.

திருவாவினன்குடி

முனிவர்

முருகன் திருவாவினன்குடியில் எழுந்தருளியிருக்கிறான். அவனைத் தரிசிக்கும்பொருட்டு முனிவரும், கந்தருவரும், அரம்பையரும், திருமாலும், சிவ பிரானும், இந்திரனும் வருகின்றார்கள். ஒரே கூட்டமாக இருக்கிறது. அந்தக் கூட்டத்தில் யான், எனது என்ற உணர்ச்சியை இழந்த முனிவர்களே முன்னால் நிற்கிறார்கள். யாரேனும் ஒருவரிடத்தில் ஒரு காரியம் ஆகவேண்டுமானால் அவருக்குப் பிரியமான மனிதரை முன்னிட்டுக் கொண்டு போவது உலகில் வழக்கமாக இருக்கிறது. இங்கே தேவர்கள் தங்கள் காரியத்தை முருகனைக் கொண்டு நிறைவேற்ற எண்ணி, அவனைத் தரிசிக்கத் திருவாவினன்குடிக்கு வருகிறார்கள். அப்போது முருகனுக்கு உவப்பான அன்பர்களாகிய முனிவர்களை முன்னிட்டுக் கொண்டு கோயிலுக்குள்ளே புகுகிறார்கள். பூவுலகத்தில் வாழ்பவர்களானாலும் ஊனுடம்பு உடையவர்களானாலும் அந்த முனிவர்களுக்கு முருகன் சந்நிதானத்தில் முதலிடம் கிடைக்கிறது. பக்தி சித்தி காட்டும் பெருமான் அவன் அல்லவா? அவ்வாறு முன்னாலே திருக்கோயிலுக்குள்ளே புகும் அணுக்கத் தொண்டர் களாகிய முனிவர்கள் மிகப் பெரியவர்கள். அவர்கள் பெருமையை நக்கீரர் சொல்லுகிறார்.

மரவுரியை ஆடையாக அணிந்து கொண்டிருக்கிறார்கள் அம்முனிவர்கள்.அவர்கள் வயசை யாராலும் அளவிட முடியாது போலும்! நரை முடி ஒன்றுதான் அதைப் புலப்படுத்துகிறது. அந்த முடி நிறத்தாலும் உருவத்தாலும் வலம்புரிச் சங்கைப் போலத் தோன்றுகிறது. உடம்பிலே ஒரு தேசு விரதத் தீயிலே புடம்போட்ட பொன் அல்லவா? மாசு

இம்மியேனும் இல்லாமல் இருக்கிறது. அவ்வொளி மிக்க திருமேனியின்மேலே மான் தோலைப் போர்த்திருக்கிறார்கள். அவர்கள் மார் பிலே தசைப்பிடிப்பே இல்லை. எலும்புகள் 'எண்ணிக் கொள்' என்பனபோல வரிசையாகப் புடைத்துத் தோன்றுகின்றன. எவ்வளவோ நாட்கள் ஒரேயடியாகப் பட்டினி கிடந்து விரதம் காத்தவர்கள் அவர்கள்.

அவர்கள் உள்ளமும் மாசு நீங்கியது. பகையுணர்ச்சி யென்பது அணுவளவும் அங்கே இல்லை. இம்சை யென்பது அடியோடு நீங்கிய திருவுள்ளம் அது. அவர்களுடைய பேரறிவுக்கு எல்லையே இல்லை. எல்லாவற்றையும் கற்று உணர்ந்தவர்களாக உலகத்தார் கருதும் பெரியவர்கள் கூட இன்னும் தெரிந்து கொள்ளாத பொருள்களைத் தெரிந்து கொண்ட மெய்யறிவை உடை யவர்கள். எஞ்சிய பொருளை ஏமுற நாடி விளக்கும் முருகன் அடியார் அல்லவா? அவர்கள் இயற்கையாகவே அறிவு படைத்ததோடு எத்தனையோ காலம் கல்வி கற்றவர்கள்; படித்தவர்களுக்கெல்லாம் தலையெல்லையிலே நிற்பவர்கள்; ஆசையும் சினமும் அற்ற மெய்ஞ்ஞானச் செல்வர்கள்.

ஊணின்றி உடம்பு இளைத்திருப்பதைக் கொண்டு அவர்கள் உள்ளத்தே ஏதேனும் துயரம் இருக்குமென்று நினைக்க ஒண்ணுமோ? வேண்டுதல் வேண்டாமையில்லாத திருவுள்ளத்திலே இடும்பை ஏது? இடும்பைக்கு இடும்பை படுக்கும் பெருவிறல் படைத்த பெரியவர்கள் அம்முனிவர்கள். அவர்களுக்கு யாரிடத்தும் எப் பொருளிடத்தும் வெறுப்பு இல்லை.

இத்தகைய, உள்ளமும், உடம்பும் தூயவர்களாகிய முனிவர்கள் முன்னே புகுகின்றார்கள்.

சீரை தைஇய உடுக்கையர் சீரொடு
வலம்புரி புரையும் வால்நரை முடியினர்
மாசற இமைக்கும் உருவினர் மானின்
உரிவை தைஇய ஊன்கெடு மார்பின்

என்பெழுந்து இயங்கும் யாக்கையர் நன்பகல்
பலவுடன் கழிந்த உண்டியர் இகலொடு
செற்றம் நீக்கிய மனத்தினர் யாவதும்
கற்றோர் அறியா அறிவினர் கற்றோர்க்குத்
தாம்வரம்பு ஆகிய தலைமையர் காமமொடு
கடுஞ்சினம் கடந்த காட்சியர் இடும்பை
யாவதும் அறியா இயல்பினர் மேவரத்
துனியில் காட்சி முனிவர் முற்புக.

(மரவுரியை, உடையாக அணிந்தவர், அழகோடு வலம் புரியை யொத்த வெண்மையான நரை முடியை உடையோர், மாசு இல்லாமல் விளங்கும் திருமேனியை உடையோர், மான்தோலைப் போர்த்த தசைகெட்ட மார்பில் எலும்புகள் மேலே தோன்றி அசையும் உடம்பை உடையோர், நல்ல நாட்கள் பலவற்றில் ஒருங்கே உணவை உண்ணாது விட்டவர், பகையும் இம்சையும் நீக்கிய மனத்தினர், கற்றவர் சிறிதும் அறியாத பேரறி வினர், கற்றவர்களுக்கு எல்லையாக நிற்கும் தலைமை யுடையோர், காமமும் மிக்க சினமும் நீத்த அறிவுடையோர், சிறிதளவேனும் இடும்பையென்பதை அறியாத இயல்புடையோர், மனம் பொருந்த வெறுப்பில்லாத ஞானம் பெற்றவர் ஆகிய முனிவர் முன்னாலே புக-

சீரை - மரவுரி. தைஇய -புனைந்த. உரிவை - தோல். இகல்-பகை. செற்றம்-இம்சை செய்யும் உணர்ச்சி. கா மம்-ஆசை. இடும்பை-துன்பம். யாவதும்-சிறிதேனும். துனி - வெறுப்பு.)

கந்தருவர்

இந்த முனிவர்களை முன்னிட்டுக் கொண்டு தேவர்கள் வரும்போது முருகனுக்கு விருப்பமான இசையைப் பாடுவதையே வாழ்க்கைப் போக்காக உடைய கந்தருவ சாதியினர் ஆணும் பெண்ணுமாகப் பாடுகின்றனர்.

அக்கந்தருவரின் உடை மாசின்றித் தூயதாகவும் மிக மெல்லியதாகவும் இருக்கிறது; புகையையே ஆடையாக உடுத்துக் கொண்டார்களோ என்று எண்ணும்படி அவ்வளவு

மெல்லியதாக இருக்கிறது. மார்பிலே அப்பொழுதுதான் வெடித்து அலர்ந்த பூவால் கட்டிய மாலையை அணிந்திருக்கின்றனர். கையிலே யாழ்; காதிலே வைத்துப் பார்த்துச் சுருதி கூட்டிச் சரியாக நரம்புகளை முடுக்கி வைத்த யாழ். அதிலே நன்கு பயின்றவர்களாகிய அவர்கள் உள்ளம் அன்புடையது; உரை மென்மையானது, அவர்கள் முருகன் சந்நிதானத்திலே வாசிக்கிறோம் என்ற அன்பும் பெருமிதமும் கொண்டு மெல்லப் பாடி யாழை வாசிக்கிறார்கள்.

புகைமுகந் தன்ன மாசில் தூவுடை
முகைவாய் அவிழ்ந்த தகைசூழ ஆகத்துச்
செவிநேர்பு வைத்த செய்வுறு திவவின்
நல்லியாழ் நவின்ற நயனுடை நெஞ்சின்
மென்மொழி மேவலர் இன்னரம்பு உளர.

(புகையை முகந்தாற் போன்ற மெல்லிய அழுக்கு இல்லாத தூய உடையையும், மொட்டு அவிழ்ந்த மாலையை அணிந்த மார்பையும் உடையவர்களும், காதிலே பொருத்தி வைத்துப் பார்த்துச் சுருதி கூட்டிய நரம்புக்கட்டையுடைய நல்ல யாழிலே பயிற்சியுடை யவர்களும், அன்புடைய நெஞ்சையும் மெல்லிய மொழிகளையும் உடையவர்களும் ஆகிய கந்தருவர் இனிய நரம்பை மீட்டிப் பாட.

தகை - மாலை.ஆகம்-மார்பு. திவவு-நரம்புக் கட்டு. நயன் - அன்பு.)

கந்தருவர் பாட, அவர் பாட்டானது தனிப்பட நில்லாமல் அவர் மகளிரும் கலந்து கொண்டமையாலே இணைந்து மறுவின்றி விளங்குகின்றது. அந்த மகளிர் உடம்பு மனித சாதிக்குரிய நோயொன்றும் இல்லாமல் வளப்பமாக வளர்ந்தது. மேனிநிறம் மாந்தளிரைப் போல ஒளிர்கிறது. இடையிடையே உள்ள அழகுத்தேமல் பொன்னை உரைத்தாற்போலப் பொலிகின்றது. பார்க்கப் பார்க்கக் கண்ணைக் கவரும் ஒளியையுடைய பதினெட்டு வடங்களையுடைய மேகலையை இடையிலே அணிந்

திருக்கிறார்கள். உரிய இலக்கணப்படி தாழ்ந்தும் மேலிட்டும் அமைந்த இரகசியத்தானத்தை மறைத்துக் கொண்டு அந்த மேகலை ஒளிர்கிறது. இத்தகைய மகளிரும் பாடுகின்றனர். இருவர் பாட்டும் சேர்ந்து குற்றமில்லாமல் உயர்ந்து விளங்குகின்றன.

நோயின்று இயன்ற யாக்கையர் மாவின்
அவிர்தளிர் புரையும் மேனியர் அவிர்தொறும்
பொன்உரை கடுக்கும் திதலையர்
இன்னகைப் பருமம் தாங்கிய பணிந்துஏந்து அல்குல்
மாசில் மகளிரொடு மறுஇன்றி விளங்க.

(நோய்களே இல்லாமல் அமைந்த உடம்பை உடையோர், மாமரத்தில் விளங்கும் தளிரை ஒத்த மேனியை உடையோர், விளங்குந் தோறும் பொன்னை உரைத்தாற் போன்ற தேமலை உடையோர், இனிய ஒளியை உடைய மேகலையைத் தாங்கியதும் தாழ்ந்தும் உயர்ந்தும் உள்ளதுமாகிய அல்குடையுடையோர் ஆகிய குற்றமற்ற மகளிரோடு அப்பாடல் குற்றமில்லாமல் விளங்க.

கடுக்கும் -ஒக்கும். திதலை - தேமல். பருமம்-பதி னெட்டு வடங்களையுடைய மேகலை.)

தேவர் வருகை

முனிவர் முன்னே புக, கந்தவரும் அவர் மகளிரும் பாடி வர, இவ்வளவு ஏற்பாடுகளோடு முருகன் திருவுள்ளத்தைக் கனிவிக்கும் நோக்கத்துடன் பின்னே வருபவர்கள் யார்?

அதோ முன்னாலே நிற்கிறானே அவனை இன்னா னென்று அவன் ஏந்திய கொடியே காட்டுகின்றது. கருடக் கொடியை அல்லவா காண்கிறோம்? கருடன் வலிமை என்ன சாமானியமா? நஞ்சை உள்ளே ஒடுக்கி வைத் திருக்கும் துளையை உடைய பற்களோடு, நெருப்பை வீசினாற் போல மூச்சுவிடும் பயங்கரமான மிக்க வலிமையுடைய பாம்பு எதுவானாலும், கருடன் சிறகை அடித்தாலே போதும், உடனே

மயங்கி விழுந்து செத்துப் போகும். வரிகளையுடைய வளைந்த சிறகைப் பாம்பு படும்படியாகப் புடைக்கும் அந்தக் கருடனைத் தன் நீள் கொடியிலே வைத்தவன் திருமால். அவன் முருகனைக் காண வருகிறான்.

அடுத்த படியாகச் சிவபெருமான் இடபக் கொடியோடு எழுந்தருளுகிறான். தருமமே இடபமாக இருத்தலின் அது வெள்ளை வெளேரென்றிருக்கிறது. உலகில் அவனை எல்லோரும் புகழ்கிறார்கள். வீரம் நிரம்பிய செறிந்த தோள்களை உடையவன். உமாதேவியார் விரும்பி அமரும் பாங்கை உடையவன். இமையாத மூன்று கண்களை உடையவன். மூன்று மதில்களை அழித்த பெருவலியையுடைய செல்வன் அவன். அவனும் எழுந்தருளுகிறான்.

அதோ கடைசியில் இந்திரன் வருகிறான். ஆயிரம் விழிகளையுடைய இந்திரன்தான். நூறு வேள்விகளை நிறைவேற்றிச் சதமகன் என்ற திருநாமம் படைத்தவன் அவன். பகைவர்களை வென்ற வெற்றியை உடையவன். நான்கு கொம்புகளோடு ஒய்யாரமாக நடைபோட்டுக் கொண்டு தன் நீண்ட பெரிய வளைந்த துதிக்கையை மேலே தூக்கிக் கொண்டு வரும் ஐராவதத்தின் பிடரியின் மேல் ஏறி அமர்பவன், அந்தப் பெரும் பதவி பெற்ற செல்வன்,

இப்படி, புள்ளணி நீள் கொடிச் செல்வன், மூவெயில் முருக்கிய செல்வன், யானை எருத்தம் ஏறிய செல்வன் ஆகிய மூன்று செல்வரும் முருகனைக் காண வருகின்றனர்.

கடுவொடு ஒடுங்கிய தூம்புடை வாலெயிற்று
அழலென உயிர்க்கும் அஞ்சுவரு கடுந்திறற்
பாம்புபடப் புடைக்கும் பல்வரிக் கொடுஞ்சிறைப்
புள்அணி நீள்கொடிச் செல்வனும், வெள்ஏறு
வலவயின் உயரிய பலர்புகழ் திணிதோள்
உமைஅமர்ந்து விளங்கும் இமையா முக்கண்
மூவெயில் முருக்கிய முரண்மிகு செல்வனும்,

நூற்றுப்பத்து அடுக்கிய நாட்டத்து நூறுபல்
வேள்வி முற்றிய வென்றடு கொற்றத்து
ஈரிரண்டு ஏந்திய மருப்பின் எழில்நடைத்
தாழ்பெருந் தடக்கை உயர்த்த யானை
எருத்தம் ஏறிய திருக்கிளர் செல்வனும்.

(விஷத்தோடே உறைக்குள்ளே கிடந்த துவாரத்தை யுடைய வெள்ளிய பற்களையும், நெருப்பைப் போல மூச்செறியும் பயங்கரமான மிக்க வலிமையையும் உடைய பாம்பு இறக்கும்படியாக அடிக்கும் பல கோடுகளையுடைய வளைந்த சிறகைப் பெற்ற கருடனை அணிந்த உயர்ந்த கொடியை உடைய திருமாலும், வெள்ளிய இடபத்தை வலப்பக்கத்தே துவசமாகத் தூக்கியவனும் பலர் புகழும் திண்ணிய தோளை உடை யவனும் உமாதேவியார் ஒரு பாகத்தே தங்கி விளங்கு பவனும் திரிபுரத்தை அழித்த வலிமை மிக்கவனுமாகிய சிவபிரானும், ஆயிரங் கண்களையும் நூறாகிய பல வேள்விகளை முடித்து அவற்றினிடையே வரும் பகையை வென்று கொன்ற வெற்றியையும் உடையவனும் நான்காக உயர்ந்த கொம்பும் அழகிய நடையும் உடையதும் தாழ்ந்த பெரிய வளைந்த கையை உயர்த்தி யதுமாகிய ஐராவதத்தின் பிடரியிலே ஏறிய ஐசுவரியம் மிக்கவனுமாகிய இந்திரனும்.

கடு - விஷம். தூம்பு - துவாரம். எயில்-மதில்முருக் கிய-அழித்த. முரண்-வலிமை. நாட்டம்-கண். கொற்றம் வெற்றி. எருத்தம்-கழுத்து.)

இந்த மூன்று பேரும் எதற்காக வருகிறார்கள்? உலகம் நன்றாக நடைபெற்று மும்மூர்த்திகளுக்கும் இடையீடில்லாத வேலை இருக்க வேண்டுமென்ற நோக்கத்தோடு வருகிறார்களாம். தன்னை மதியாது சென்ற பிரம தேவனைப் பிரணவப் பொருள் உரைக்கும் படியாக ஏவிய பொழுது, அவன் அறியாது விழிக்கவே, அவனை முருகன் குட்டிச் சிறையிட்டுவிட்டான். சிருஷ்டித் தொழிலைச் செய்யும் அவனைச் சிறையில் அடைக் கவே, அவன் தொழில்

தடைப்பட்டது. சிருஷ்டி, ஸ்திதி, சங்காரம் என்னும் மூன்று தொழிலும் ஒன்றனோடு ஒன்று தொடர்புடையன. சிருஷ்டித் தொழில் இல்லையாகவே ஏனைய இரண்டும் நடக்க முடியாமல் போயின. உலக சிருஷ்டி இருந்தால்தான் மற்றத் தொழில்களுக்கு இடமுண்டு. மக்களினம் மல்கினால் தேவரினம் அவியுணவு பெற்று வாழும். ஆகவே அடிப் படைத் தொழிலாகிய சிருஷ்டியைச் செய்பவன் சிறைப் படவே எல்லோருடைய வாழ்வும் தடைப்பட்டது.அமர லோகமே தம்பித்துவிட்டது. இந்த நிலையை நீக்க வேண்டுமே!பிரமவிஷ்ணு ருத்திரராகிய மூவரும் முத் தொழிலுடையார்; இந்திரன் அமர லோகாதிபதி. இந் நால்வரும் தேவலோகத்துத் தலைவர்கள். அவர்களுள் ஒருவன் சிறைப்படவே ஏனை மூவரும் தலைமை பூண்டு நின்று தேவர்களின் இடுக்கண்களைப் போக்க முந்துகிறார்கள். பிரமனைச் சிறையிட்ட பிள்ளைப் பெருமானுடைய முனிவைத் தீர்த்து, வரம் வேண்ட வருகிறார்கள். அதனால்தான் தாமே முன்பு செல்லாமல் அடியார்களாகிய முனிவரை முன்னிட்டுக் கொண்டு சைபாடும் கந்தருவரைத் துணையாக அழைத்து வரு கிறார்கள்.

இந்த உலகத்தின் நாற்றிசையிலும் நான்கு தேவர்கள் நின்று பாதுகாக்கிறார்கள். கிழக்கிலே இந்திரனும், தெற்கிலே யமனும், மேற்கிலே வருணனும், வடக் கிலே குபேரனும் காவல் புரிவர். இந்த நாற்பெருந் தெய்வத்துக் காவலிலே மக்களெல்லாம் நல்ல நகர்களிலே வாழ்கிறார்கள். அப்படி நல்ல நகர்கள் நிலை பெற்ற இந்தப் பூவுலகத்தைத் தம் தொழிலால் காத்து ஒருமைப்படத் தொழில் புரிபவர்கள் மும்மூர்த்திகள். யாவரினும் சிறந்தவர்களென்று பலரும் புகழும் அந்த மூவரும் தலைமை தாங்கி உலகத்தை நடத்துகிறார்கள். அவருள் ஒருவன் சிறைப்பட்டதால் அவன் தலைமை மாத்திரம் போகவில்லை; மூவர் தலைமையுமே போய் விட்டன. இப்போது பழையபடியே அந்த மூவரும் தலைவராக வேண்டும். அதற்குரிய உபாயத்தைச் செய்யவே அந்த மூவரும் புறப்பட்டிருக்கிறார்கள்.

நாற்பெருந் தெய்வத்து நன்னகர் நிலைஇய
உலகம் காக்கும் ஒன்றுபுரி கொள்கைப்
பலர்புகழ் மூவரும் தலைவர் ஆக.

(நான்கு பெரிய தெய்வங்களின் பாதுகாப்பை உடையதும் நல்ல நகரங்கள் நிலைபெற்றதுமாகிய உலகத்தைப் பாதுகாக்கும் ஒன்றுபட்ட சங்கற்பத்தை உடையவர்களும் பலராலும் புகழப்பெறுபவர்களுமாகிய அயன் அரி அரன் என்னும் மூவரும் பழைய படியே தலைவராகும் பொருட்டு.

கொள்கை - மேற்கொள்ளுதல்.)

இந்த மூவரும் வருவதற்கு வியாஜம் நான் முகனைச் சிறையினின்றும் விடுவித்தல். தங்களுக்கு இன்பத்தை மிகுவிக்கும் இப்பூவுலகத்திற்கு வந்து முருகனைத் தரிசிக்கிறார்கள். தாமரையிலே தோன்றிய வனும் கேடில்லாத நீண்ட ஆயுளைப் பெற்றவனுமாகிய நான்முகனைக் குறித்து அவர்கள் வந்திருக்கிறார்கள். நான்முகன் பெயரைச் சொல்லிக்கொண்டு வந்தாலும் அவர்கள் நோக்கம், இழந்த தம் பதவிகள் மீட்டும் தமக்குக் கிடைக்க வேண்டும் என்பதுதான்.

ஏமுறு ஞாலம் தன்னில் தோன்றித்
தாமரை பயந்த தாவில் ஊழி
நான்முக ஒருவற் சுட்டிக் காண்வரை.

(இன்பத்தை மிகுதியாக உடைய பூவுலகத்திலே தோன்றித் தாமரையினாற் பெறப்பெற்றவனும் கேடில் லாத பல ஊழிக்காலத்தை ஆயுளாக உடையவனும் நான்முகனுமாகிய ஒருவனைக் குறித்து - (மேலே சொன்ன, மூவரும் தன்னை வந்து தரிசனம் செய்ய, முருகன் ஆவினன்குடியில் எழுந்தருளியிருப்பான் என்று சொல்ல வருகிறார்.)

ஏம் - இன்பம். ஊழி-யுகம்.)

நான்முகனைச் சிறையிட்ட காலத்தில் தேவர்கள் திருவாவினன்குடிக்கு வந்து அவனை விட வேண்டுமென்று வேண்டினார்களென்பது ஒரு வரலாறு.

நச்சினார்க்கினியர் இங்கே உரை எழுதுகையில் வேறொரு பழங்கதையை எழுதியிருக்கிறார், அது வருமாறு:

முருகன் சூரனையும் பிற அவுணர்களையும் அழித்துத் தேவர்களுக்கு அமர லோகத்தைப் பழைய படியே உரிமை ஆக்கினான். இந்த நன்றியறிவு மீதூர இந்திரன் தன் மகளாகிய தெய்வ யானையை முருகனுக்கு மணம் செய்து கொடுத்தான். அப்போது முரு கன் தன் வேலை நோக்கி, "நமக்கு இந்தப் பெருமையையும் இந்த மங்கையையும் தந்தது இந்த வேல்" என்று திருவாய் மலர்ந்தருளினான். அப்போது அருகில் இருந்த பிரமன், "அந்த வேலுக்கு ஆற்றல் என்னாலல்லவா வந்தது?" என்று தருக்குற்றுச் சொன்னான். முருகன் அது கேட்டு, 'நம்முடைய கையில் உள்ள வேலுக்கு நீதான் சக்தியைத் தரவேண்டுமோ? அட முட்டாளே!" என்று கோபித்து, "இப்படி அகங்காரங் கொண்டு பிதற்றியதால் நீ பூவுலகிலே சென்று பிறப்பா யாக" என்று சாபம் இட்டான். பிரமன் அவ்வாறே பூவுலகத்திலே பிறந்து மயக்கமுற்றான். அதனை அறிந்தே திருமால் முதலியவர்கள் திருவாவினன் குடிக்கு வந்து முருகனிடம் சாபத்தைப் போக்க வேண்டுமென்று முறையிட்டார்களாம்.

வானுலகத்துப் பெருந்தலைவர்கள் தமக்கெல்லாம் நன்மை உண்டாகும் பொருட்டுப் பூவுலகத்துக்கு வந்து திருவாவினன்குடியை அடைந்து முருகனைத் தரிசித் தார்கள் என்றால், மற்றக் குட்டித் தேவர்களெல்லாம் சும்மா இருப்பார்களா? கோமகன் எப்படியோ அப்படியே குடிமக்களும் செய்வார்கள் அல்லவா? அவர்களும் புறப்பட்டு விட்டார்கள்.

சுடர் வீசும் மேனி படைத்தமையால்தான் தேவர் என்ற பெயர் அவர்களுக்கு வந்தது. சூரியனைப்போலத் தோன்றும் தோற்றத்தோடு அவர்கள் வருகிறார்கள்.

ஏகாதச ருத்திரர், துவாதச ஆதித்தர்,அஷ்டவசுக்கள், அசுவினி தேவர் இருவர் ஆகிய வேறு பிரிவினராகிய முப்பத்து மூவரும் வருகிறார்கள். அவர்களையல்லாமல் வேறு தேவர், அசுரர், தைத்தியர், கருடர்,கின்னரர், கிம் புருஷர்,யட்சர், வித்தியாதரர், ராட்சர், கந்தர்வர்,சித்தர், சாரணர், பூதர்,பைசாசர்,தாராகணம், நாகர், ஆகாச வாசிகள்,போகபூமியோர் என்னும் பதினெண் கணத்தினரும் வருகிறார்கள். இவ்வளவு பேரும் சேர்ந்தால் கூட்டத்துக்குச் சொல்ல வேண்டுமா? எங்கே பார்த்தாலும் நட்சத்திரங்களைப் போல் அவர்கள் மின்னுகிறார்கள். வெகு வேகமாகக் காற்றைப்போல வருகிறார்கள். காற்றினாலே மூண்ட அக்கினிக்கு எவ்வளவு சக்தி உண்டோ அவ்வளவு ஆற்றல் உடையவர்கள் அவர்கள். நெருப்பைக் கக்கி இடி இடித்தாற்போன்ற முழக்கத்தை உடையவர்கள்.

முருகனிடத்திலே சமர்ப்பிக்கும் மேலான வேண்டுகோளினால் கிடைக்கும் பாக்கியங்களுள், தாங்கள் பெறுவதற்குரிய பங்கைக் கொள்ளும் பொருட்டு ஆகாசமே வழியாகச் சுழன்று வருகிறார்கள். வந்து தம் தலைவர் தரிசனம் செய்த பிறகு தாம் ஒருங்கே கண்டு இன்புறுகிறார்கள்.

இவ்வாறு முனிவரும் தேவரும் பிறரும் கண்டு வழிபட்டுத் தங்கள் குறைகளை விண்ணப்பித்துக் கொள்ளும்படியாக முருகன் குற்றமில்லாத கற்புமணப் பிராட்டியாகிய தேவயானையோடு சிலகாலம் ஆவினன் குடியிலே தங்கியிருப்பான்.

பகலில் தோன்றும் இகல்இல் காட்சி
நால்வேறு இயற்கைப் பதினொரு மூவரொடு
ஒன்பதிற்று இரட்டி உயர்நிலை பெறீஇயர்
மீன்பூத் தன்ன தோன்றலர் மீன்சேர்பு
வளிகிளர்ந் தன்ன செலவினர் வளியிடைத்

தீஎழுந்த தன்ன திறலினர் தீப்பட
உரும்இடித் தன்ன குரலினர் விழுமிய
உறுகுறை மருங்கில்தம் பெறுமுறை
கொண்மார் அந்தரக் கொட்பினர் வந்துடன் காணத்
தாவில் கொள்கை மடந்தையொடு சின்னாள்
ஆவி னன்குடி அசைதலும் உரியன்; அதாஅன்று.

(சூரியனைப் போலத் தோன்றும் மாறுபாடில்லாத தோற்றத்தையும் நான்காக வேறுபட்ட இயல்பினையும் உடைய முப்பத்து மூவரும், பதினெண் கணத்தினராகிய உயர் பதவியைப் பெற்றவர்களும் விண்மீன்கள் தோன்றினாற் போன்ற தோற்றத்தை உடையவர்களாய், நட்சத்திர மண்டலத்தையும் தாக்கிக் காற்று எழுந்தாற் போன்ற வேகமான நடையை உடையவர்களாய், காற்றிடத்தே நெருப்பு எழுந்தாற் போன்ற வலிமையை உடையவர்களாய், நெருப்பு உண்டாகும்படி இடி இடித்தாற்போன்ற குரலை உடையவர்களாய், மேலானதாகிய தமக்குற்ற வேண்டுகோளினால் தாம் பெறுதற்குரிய முறைமையினைக் கொள்ளும்பொருட்டு, ஆகாயத்தே சுழற்சி உடையவர்களாய் வந்து ஒருங்கே தரிசிக்க, கேடில்லாத கற்பையுடைய மடந்தையாகிய தெய்வ யானையுடன் சிலகாலம் ஆவினன்குடியிலே இருத்த லும் உரிமையாக உடையவன்; அதுமட்டுமன்று,

பகல் சூரியன். இகல் - மாறுபாடு. பெறீஇயர் பெற்றவர். மீன் - நட்சத்திரம். சேர்பு - சேர்ந்து. வளி காற்று. செலவு - செல்லுதல். உரும் - இடி. விழுமிய மேலான. குறை - வேண்டுகோள். கொண்மார் கொள்ளும் பொருட்டு. தா-கேடு. கொள்கை -கற்பு. அசைதல் - தங்குதல்.)

திருவாவினன்குடியென்பது இப்பொழுது பழனியைச் சார்ந்து விளங்குகின்றது. பழனிமலை மேல் தண்டபாணி கோயில் கொண்டிருக்கிறார். கீழே தனியே ஒரு திருக்கோயில் உண்டு. அதையே ஆவினன்குடி என்பர். திருவாகிய லட்சுமியும் ஆவாகிய காமதேனுவும் இன்னாகிய சூரியனும்

பூசித்தமையால் திருவாவினன் குடி என்னும் பெயர் வந்ததாகப் புராணம் கூறும். ஆனால், பழைய வரலாறுகளைக் கொண்டு ஆராயும் போது, ஆவியர் என்ற குலத்தினருக்குரிய தலைநகராக இவ்வூர் இருந்திருக்க வேண்டுமென்று தோற்றுகிறது. ஆவிநன்குடியென்ற பழம்பெயர் பிறகு ஆவினன் குடியென மாறியிருக்கலாம். மயிலுக்குப் போர்வை யளித்த வள்ளலாகிய பேகனென்பவன் இந்த ஆவியர் குலத்திற் பிறந்தவன். "ஆவியர் கோ" என்று புலவர்கள் அவனைப் பாராட்டுவார்கள். மலையின் பெயர் பொதினியென்றும், ஊரின் பெயர் ஆவினன்குடி யென்றும் பழங்காலத்தில் வழங்கின.

நச்சினார்க்கினியர், "இனிச் சித்தன் வாழ்வென்று சொல்லுகின்ற ஊர் முற்காலத்து ஆவினன் குடியென்று பெயர் பெற்றதென்றுமாம்" என எழுதுவர். ஔவையார், "சித்தன் வாழ்வு இல்லந்தொறும் மூன்றெரி யுடைத்து" என்று பாடியதை மேற்கோள் காட்டிச் சித்த னென்பது முருகனுக்குரிய பெயர்களில் ஒன்று என்றும் அவர் எழுதுவர். பழனிக்குச் சித்தன் வாழ்வென்ற பெயர் முன்பு வழங்கியது போலும்! போகர் என்ற சித்தர் அங்கே இன்னும் வாழ்கிறாரென்பது ஒரு கர்ண பரம்பரைச் செய்தி. போகர் சமாதி அங்கே உள்ளது என்றும் கூறுவர்.

இயற்கையெழில் படைத்த திருப்பரங்குன்றமும் ஆறுமுகப்பிரான் வந்திருக்கும் திருச்சீரலைவாயும் தேவர் வரம்வேண்டும் பிரானான முருகன் எழுந்தருளியிருக்கும் திருவாவினன்குடியும் முருகனுக்குரிய படை வீடுகளென்று கூறி, மேலும் கூறப் புகுகின்றார்.

திருவேரகம்

அந்தண அடியார்

அடுத்த படைவீடாகிய திருவேரகம் அந்தண அடியார்கள் முருகனை வழிபடுவதற்கு இடமாக விளங்குகிறது. அவ்வந்தணர்கள் குலத்தாலும் ஒழுக்கத் தாலும் சிறந்தவர்கள்.

அவர்கள் வேதம் ஓதுதல், ஓதுவித்தல், ஈதல், ஏற்றல், வேள்வி செய்தல், செய்வித்தல் என்னும் ஆறு காரியங்களைச் செய்யும் முறைமையினின்றும் வழுவாதவர்கள். தாயின் வழி, தந்தையின் வழி என்று இருவரையும் சுட்டிய கோத்திரங்களையுடைய பல வேறு பழைய குடிப்பிறந்தவர்கள். நாற்பத்தெட்டு ஆண்டுகள் பிரமசரிய விரதத்தை அநுஷ்டிக்க வேண்டியது உத்தம அந்தணர் கடமை. அப்படி அந்த நல்ல இளமைக் காலத்தை முறைப்படியே கழித்தவர்கள், எப்போதும் தர்மத்தையே சொல்லும் விரதம் பூண்டவர்கள். ஆகவனீயம், தக்ஷிணாக்கினி, காருகபத்தியம் என்ற மூன்று அக்கினிகளை ஓம்பும் இயல்புடையவர்கள். இந்த அக்கினி காரியங்களைச் செய்வதனால் உலகத்தில் மழை மிக்கு வறுமையின்றி இன்பம் பெருகும்,ஆதலின் எல்லாச் செல்வங்களுக்கும் காரணமான அத்தீயையே செல்வமாகப் பெற்றவர்கள் அவர்கள். உபநயனத்திற்குப் பிறகு வேறு ஒரு பிறப்பு எடுத்ததாகக் கருதுவர். ஆதலின் அவர்களை இருபிறப்பாளர் என்று கூறுவர். அவ்வந்தணர் தக்க பொழுது அறிந்து முருகனை வேதத்தாலும் பிற தோத்திரங் களாலும் துதிக்கின்றனர்.

அவர்கள் அணிந்த பூணூல் மூன்று புரிகளை உடையது; நுண்ணியது. ஒவ்வொரு புரியும் ஒன்பது நுண்ணூல்களால் அமைந்தது. அவர்கள் நீராடிவிட்டு ஈர ஆடையை உலர்த்தாமல் கட்டிக்கொள்கிறார்கள். உடம்பிலே

கிடந்தபடியே அது உலர்கிறது. தலைமேலே கைகளைக் குவித்திருக்கிறார்கள். ஆறு எழுத்துக்களை உடைய ஷடக்ஷர மந்திர உபதேசம் பெற்றவர்கள் அவர்கள். அந்த மந்திரத்தை உரக்கச் சொல்லாமல் நாக்கு அசைகிற அளவில் பலமுறை உச்சரிக்கிறார்கள். மந்திரங்களை உச்சரிக்கும் முறை அது. அப்படி உச்சரித்துக் கொண்டு வாசனைமிக்க மலர்களை எடுத்து வழிபடுகிறார்கள். கையிலே மலரை வைத்துக் கொண்டு மந்திரம் கூறிப்பின் இறைவன்மேல் தூவுவதை மந்திர புஷ்பம் என்பார்கள்.

இந்த வழிபாட்டினால் மிகவும் மகிழ்ந்து திருவேரகம் என்னும் தலத்திலே எழுந்தருளியிருப்பான் முருகன்.

இருமூன்று எய்திய இயல்பினின் வழாஅது
இருவர்ச் சுட்டிய பல்வேறு தொல்குடி
அறுநான்கு இரட்டி இளமை நல்லியாண்டு
ஆறினிற் கழிப்பிய அறன்நவில் கொள்கை
மூன்றுவகைக் குறித்த முத்தீச் செல்வத்து
இருபிறப் பாளர் பொழுதறிந்து நுவல
ஒன்பது கொண்ட மூன்றுபுரி நுண்ஞாண்
புலராக் காழகம் புலர உடீஇ
உச்சிக் கூப்பிய கையினர் தற்புகழ்ந்து
ஆறெழுத்து அடக்கிய அருமறைக்
கேள்வி நாஇயல் மருங்கின் நவிலப் பாடி
விரையுறு நறுமலர் ஏந்திப் பெரிதுஉவந்து
ஏரகத்து உறைதலும் உரியன்; அதாஅன்று.

(ஆறு தொழில்களென்று அமைந்த இலக்கணத்தினின்றும் பிறழாமல் தாய் தந்தையென்றும் இருவரைச் சுட்டிய பல்வேறு பழைய கோத்திரத்தை உடையவர்களும், நாற்பத்தெட்டாகிய இளமைப் பருவத்துக்குரிய நல்ல ஆண்டுகளை நிற்க வேண்டிய நெறியிலே நின்று கழித்தவர்களும், தர்மத்தையே சொல்லிக் கொண்டிருக்கும் விரதத்தை உடையவர்களும், மூன்று வகையாகச் சொல்லப்பட்ட மூன்று வேள்வித் தீயையே செல்வமாக

உடைய இருபிறப்பாளர்களும் ஆகிய அந்தணர், முருகனைத் துதிக்கும் சமயம் அறிந்து தோத்திரம் கூறவும், ஒன்பது நூலை முறுக்கிய மூன்று புரிகளாகிய நுண்ணிய பூணூலை அணிந்து, உலராத ஈர ஆடையைக் கிடந்தவாறே உலரும்படியாக உடுத்து, தலைமேலே குவித்த கைகளை உடையவர்களாய் முருகனைப் புகழ்ந்து, ஆறெழுத்துக்களைத் தன்பாற் கொண்ட அரிய உபதேச மந்திரத்தை நாக்கானது புரளும் மாத்திரத்திலேயே பலமுறை கூறி, மணம்மிக்க நறுமலர்களை ஏந்தி (வழிபடவும்) அதற்கு மிகவும் மகிழ்ந்து திருவேரகத்திலே எழுந்தருளியிருப்பதற்கும் உரியவன்; அது மாத்திரம் அன்று.

ஆறினில் - தக்க வழியிலே. கழிப்பிய - கழித்த. காழகம் - ஆடை. மறை - மந்திரம்.)

அந்தணர் மலர் ஏந்தி முருகன் திருநாமத்தை ஜபித்து தோத்திரங்களையும் வேதமந்திரங்களையும் கூறி வழிபடுகின்றனர்.

திருவேரகம் என்பது மலைநாட்டில் உள்ள தலம் என்று நச்சினார்க்கினியர் கூறுவர். சுப்பிரமணியம் என்ற தலம் மலைநாட்டில் உண்டு. அதனை அவர் கருதினார் போலும்! ஆனால் அருணகிரிநாதர் முதலிய பெரியோர்கள் சோழ நாட்டில் காவேரிக் கரையில் உள்ள சுவாமி மலையையே திருவேரகமென்று பாடியிருக்கிறார்கள்.

......காவிரியாற்றுக்கு ளேவரு
வளமைச் சோழநன் னாட்டுக்குள் ஏரக
நகரிற் சீர்பெறு மோட்சத்தை யேதரு பெருமாளே

என்பது திருப்புகழ்.

குன்றுதோறாடல்

வேலன் கட்டிய கண்ணி

முருகன் குறிஞ்சித்திணைத் தலைவன். "சேயோன் மேய மைவரை உலகமும்" என்று தொல்காப்பியம் சொல்கிறது. மலையும் மலையைச் சார்ந்த இடங்களும் குறிஞ்சி ஆகும். அதற்கு தெய்வம் முருகன். எனவே, கோயில் இருந்தாலும் இல்லாவிட்டாலும், வேறு தெய்வங்களுக்கு உரிய கோயில்கள் இருந்தாலும், மலைகள் எல்லாவற்றிலும் முருகன் கோயில் கொண்டிருக்கிறான் என்பது தமிழர் கொள்கை. எல்லாக் குன்றுகளிலும் அவன் எழுந்தருளி இருப்பதற்கு அறிகுறியாக எல்லா மலைகளையும் ஒரே தொகுதியாக வைத்து அவற்றைக் குன்றுதோறாடல் என்ற பெயரால் இக்காலத்தில் குறிப் பார்கள். முருகன் படைவீடுகள் ஆறில் குன்றுதோறாட லாகிய தொகைத்தலமும் ஒன்று.

மலைகளில் முருகனைக் குறவர்கள் வழிபடு வார்கள். முருகனைப் பூசிக்கும் பூசாரி அங்கே இருக்கிறான். அவன் தெய்வ ஆவேசம் வந்து ஆடுவான். அதனால் அவனுக்கு வேலன் என்ற பெயர் வழங்கும். முருகனது விக்கிரகத்துக்கு அபிஷேகம் ஆராதனை முதலியன செய்வான். விக்கிரகத்தைப் படிமம் என்று சொல்வார்கள். அதைப் பாதுகாப்பதனால் பூசாரிக்குப் படிமத்தான் என்ற பெயரும் உண்டு.

பூசாரி பூசை போடுவான். அப்பொழுது குறவர்கள் ளெல்லாம் களிக்கூத்தாடுவார்கள்; கையைக் கோத்துக் கொண்டு குரவை ஆடுவார்கள். குன்றில் உள்ளவர்கள் ஆடும் குரவைக் கூத்தாதலால் அதற்குக் குன்றக் குரவை யென்ற பெயர் வந்தது. அவர்களுடைய வழிபாட்டைக் கண்டு மகிழ்ந்து முருகன் பிரசன்னமாவான். குரவையோடும் குறவர் கூட்டத்தின்

முன்னர், தானும் தேவ மகளிரொடு கைகோத்துக்கொண்டு கூத்தாடிக் கொண்டே எழுந்தருளுவான்.

குன்றுதோறாடலில் முருகன் இவ்வாறு வெளிப்படுவதை நக்கீரர் எடுத்து விரிவாகச் சொல்கிறார்.

வேலனாகிய பூசாரி முருகனுக்காகச் சிறப்பான கண்ணி ஒன்றைக் கட்டியிருக்கிறான். மலர்களை வைத்துக் கட்டியதோடு, வாசனை தரும் இலைகளையும் காய்களையுங்கூடச் சேர்த்துக் கட்டியிருக் கிறான். பச்சிலையென்ற கொடியினாலே சாதிக்காயை நடுவே வைத்துப் புட்டிலைப் போலத் தோற்றுகின்ற தக்கோலத்தின் காயையும் வைத்துத் தொடுத்திருக் கிறான். அப்படித் தொடுத்துத் தலையில் அணிவதாகிய கண்ணியை முருகன் அன்போடு சூடிக்கொள்கிறான். தன்னை இடையறாமல் வழிபடும் வேலனது அன்பை ஏற்றுக் கொண்டு முதலில் அந்தக் கண்ணியைத் தலை யிலே அணிந்துகொள்கிறான்.

பைங்கொடி நறைக்காய் இடையிடுபு வேலன்
அம்பொதிப் புட்டிடல விதைஇக் குளவியொடு
வெண்கூ தாளம் தொடுத்த கண்ணியன்.

(பச்சிலைக் கொடியால் நல்ல மணத்தையுடைய சாதிக்காயை நடுவிலே வைத்து, பூசாரியானவன், அதனோடு அழகையுடைய பொருளைப் பொதிந்து வைக்கும் புட்டிலைப் போன்ற தக்கோலக் காயையும் கலந்து, காட்டு மல்லிகையுடன் வெண் கூதாளம் பூவையும் தொடுத்துக் கட்டிய கண்ணியை அணிந்தவனாகி முருகன் வருகிறானென்று சொல்ல வருகிறார்.

நறை - வாசனை. விரைஇ - கலந்து. குளவி - காட்டு மல்லிகை)

குன்றக்குரவை

பூசாரியின்மேல் வைத்த அன்பால் அவன் கட்டி யிருந்த கண்ணியை அணிந்து கொண்டு கோயில் வாயிலைப் பார்க்கிறான் முருகன். குறவர்கள் ஆனந்த மாகக் குரவையாடுகிறார்கள். எத்தனை உற்சாகம்! ஒவ்வொருவரும் மார்பு நிறைய நல்ல வாசனையையுடைய சந்தனத்தைப் பூசிக்கொண்டிருக்கிறார்கள். கொடுமையான காரியங்களைச் செய்பவர்கள் அந்தக் குறவர்கள்; வலிய வில்லைக் கொண்டு விலங்கினங்களையும் பிறரையும் கொலை செய்யும் கானவர்கள். அவர்கள் இப்பொழுது முருகனை நினைத்து அன்பில் ஈடுபட்டு ஆடுகிறார்கள்.

மலைச்சாரலிலே தேனடைகள் மிகுதியாக இருக்கும். அந்தத் தேனை எடுத்து மூங்கிற் குழாயிலே ஊற்றி வைப்பார்கள். நாளாக ஆக அது புளித்துப் போய் வெறியூட்டும் கள்ளாக விளைந்துவிடும். அதை வடிகட்டித் தெளிவாக எடுத்து அந்தக் குறவர்கள் உண்பார்கள். இப்போது அவர்கள் மூங்கிலிலே விளைந்த தேனாலுண்டான கள்ளை உண்டு வெறிபடைத்துக் கூத்தாடுகிறார்கள். மலையிலே அங்கங்கே சிறிய சிறிய ஊர்கள் இருக்கின்றன. அத்தனை ஊர்க்காரர்களும் சுற்றத் தாரோடு வந்து உண்டு மகிழ்ந்து, குறிஞ்சி நிலத்துக்கு உரியதாகிய தொண்டகப் பறையை முழக்கிக்கொண்டு அந்த இசைக்கு ஏற்பக் குரவைக் கூத்தாடுகிறார்கள்.

நறுஞ்சாந்து அணிந்த கேழ்கிளர் மார்பிற்
கொடுந்தொழில் வல்விற் கொலைஇய
கானவர் நீடமை விளைந்த தேக்கள் தேறல்
குன்றகச் சிறுகுடிக் கிளையுடன் மகிழ்ந்து
தொண்டகச் சிறுபறைக் குரவை அயர.

(வாசனை வீசும் சந்தனத்தை அணிந்த, நிறம் எடுத்துக் காட்டும் மார்பையும், கொடுமையான செயலையும் உடையவரும்,வலிய வில்லால் கொலை புரிகின்றவருமாகிய கானவர், உயர்ந்த மூங்கிற் குழாயில் முற்றி விளைந்த

தேனாலாகிய கள்ளின் தெளிவை மலையில் உள்ள சிற்றூரில் வாழும் தம் சுற்றத்தாருடன் உண்டு மகிழ்ந்து, தொண்டகம் என்னும் சிறிய பறைக்கு ஏற்பக் குரவைக் கூத்தை ஆட.

கேழ் - நிறம். கொலைஇய கொன்ற. அமை மூங்கில். தேறல் - தெளிவு. கிளை - சுற்றம்.)

குறவர் ஆடும் குரவைக் கூத்தைக் கண்டுகளிக்கவும், அவர்களுடைய பாடலிலே ஈடுபடவும் முருகன் எழுந்தருள்கிறான்.

முருகன் பேரழகன். அந்த அழகினால் கவரப் பெற்று அவனைச் சூழ நின்று சேவிக்கும் மடமகளிர் பலர் உண்டு. அவன் புகழை இன்னிசையாலே பாடும் அணங்கினர் பவர் உண்டு. அவன் கைகொடுக்கப் பிணைந்து கூத்தாடும் மகளிரும் பலர். இவர்களும் குறிஞ்சிநிலத் தலைவனாகிய முருகனுடைய குடிமக் களின் ஆரவாரத்தைக் காண அந்தப் பெருமானோடு வருகிறார்கள்.

சேவிக்கும் மகளிர்

சூழ நின்று முருகனைச் சேவிக்கும் மகளிரைச் சற்றே பார்க்கலாம். சுனைகளிலே தண்மையும் மணமும் செறிந்த நீலோற்பவம் முதலிய பலவகைப் பூக்கள் மலர்கின்றன. குறிஞ்சித் திணையிலே நடக்கும் விழாவைப் பார்க்க வரும் தெய்வ மகளிர் அந்தத் திணையிலுள்ள பூக்களைப் புனைகின்றனர். ஆழமான சுனையிலே வண்டுகள் விரும்பி வந்து மொய்க்கும்படியாக இருக்கின்றன அவை. பேரரும்பாக இருக்கும் போதே அவற்றைப் பறித்து விரலாலே வலிய அலர்த்திக் கண்ணியாகக் கட்டி அந்த மங்கையர் தம் தலையில் அணிந்து கொண்டிருக்கின்றனர். இரட்டை இரட்டையாகப் பிணைத்த மாலையைக் கட்டிக் கூந்தலை அலங்காரம் செய்து கொண்டிருக்கின்றனர். அவர்கள் தலையிலே பூ, மார்பிலே பூ இடையிலே கூடப் பூ, அணியாகவும் ஆடையாகவும் மலர்கள் அவர் களுக்கு உதவுகின்றன. தழையாலும் பூவாலும் அமைத்த ஆடைக்குத் தழையென்று பெயர். குறிஞ்சி நிலத்துப்

பெண்கள் அதனை ஆடையாக உடுப்பது வழக்கம். இந்த மகளிரும் வெண் கடம்பினது பூங்கொத்துக்களையிட்டுக் கட்டிய தழையாடையை, மணி வடங்களை அணிந்த தங்கள் இடையிலே அசையும்படி யாக உடுத்துள்ளனர். மலரும் இலையும் புனைந்து அவர்கள் மெல்ல நடந்துவரும்போது, அதுவும் முருகனோடு வரும்போது, அக்காட்சி மயில்கள் கூட்டமாக மெல்ல மெல்ல வருகின்றனவோ என்று எண்ணும்படியாக இருக்கிறது.

இத்தகைய மடநடை மகளிரோடு முருகன் வருகிறான்.

விரலுளர்ப்பு அவிழ்ந்த வேறுபடு நறுங்கால்
குண்டுசுனை பூத்த வண்டுபடு கண்ணி
இணைத்த கோதை அணைத்த கூந்தல்
முடித்த குல்லை இலையுடை நறும்பூச்
செங்கால் மராஅத்த வாலிணர் இடையிடுபு
சுரும்புணத் தொடுத்த பெருந்தண் மாத்தழை
திருந்துகாழ் அல்குல் திளைப்ப உடீஇ
மயில்கண் டன்ன மடநடை மகளிரொடு.

(விரலால் வலிய மலர்த்துதலாலே மலர்ந்தனவும் வெவ்வேறு வகையாக இருப்பனவும் காம்போடு கூடி மணம் வீசுகின்றனவும் ஆழமான சுனைகளிலே மலர்ந் தனவும் வண்டுகள் மொய்ப்பனவுமாகிய மலர்களாலான கண்ணி, இரட்டையாகக் கட்டிய மலர் மாலையால் அணைத்துக் கட்டிய கூந்தல், முடித்திருக்கின்ற கஞ்சாவின் இலையொடு கூடிய மணமுடைய பூ இவற்றை அணிந்து, சிவந்த அடிமரத்தை உடைய வெண்கடம்பின் வெள்ளையான பூங்கொத்துக்களை இடையிலே வைத்து வண்டு வந்து உண்ணும் படியாக மலர்களையும் சேர்த்துத் தொடுத்தாலும் மிக்க குளிர்ச்சியை உடையதுமாகிய பெரிய தழையாடையைக் குற்றமறத் திருந்திய வடங்களையுடைய இரகசிய ஸ்தானத்தில் அசையும்படியாக உடுத்து மயிலைக் கண்டாற் போன்ற தோற்றத்தைப் பெற்ற மெத்தென நடக்கும் நடையையுடைய மகளிரொடு - முருகன் வருகிறான்.

உளர்ப்பு - கலைத்தல். கால் காம்பு. குண்டு ஆழம். குல்லை - கஞ்சாச்செடி. மராம் - வெண்கடம்பு இணர் - பூங்கொத்து.சுரும்பு - வண்டு. கால் -வடம். உடீஇ - உடுத்து.)

முருகன் திருக்கோலம்

முருகனும் தன்னை அலங்கரித்துக் கொண்டு வருகிறான். இயற்கையாகவே செக்கச் செவேலென்ற திருமேனியை உடைய அழகன் அவன். சிவந்த ஆடையை உடுத்திருக்கிறான். சிவந்த அடிமரத்தையுடைய அசோகந் தளிரைக் காதிலே செருகியிருக்கிறான். அவன் வரும்போது அந்தத் தளிர் மெல்ல அசைகின்றது. இடை யிலே கச்சணிந்தும் காலிலே வீரகண்டையைப் புனைந்தும் திருமுடியிலே வெட்சி மாலையைச் சூடியும் வரு கிறான். சில சமயங்களில் கண்ணனைப் போலப் புல்லாங்குழலை ஊதுகிறான். சில சமயம் ஊது கொம்பை ஊதுகிறான். இன்னும் சில சமயங்களில் வேறு பல வாத்தியங்களை வாசிக்கிறான். இசை விரும்பும் இளவழகன் அவன். தன் வாகனமாகிய ஆட்டில் சில சமயம் ஏறி வருகிறான். சில சமயம் மயில் மீது வருகிறான். குற்றமற்ற கோழிக்கொடியை ஏந்தியிருக்கிறான். ஆஜானுபாகுவாக நெடியவனாகக் காட்சி அளிக்கிறான். தோளிலே வாகுவலயம் அணிந்து கொண்டிருக்கிறான்.

செய்யன் சிவந்த ஆடையன் செவ்வரைச்
செயலைத் தண்தளிர் துயல்வரும் காதினன்
கச்சினன் கழலினன் செச்சைக் கண்ணியன்
குழலன் கோட்டன் குறும்பல் லியத்தன்
தகரன் மஞ்ஞையன் புகரில் சேவலங்
கொடியன் நெடியன் தொடிஅணி தோளன்.

(சிவந்த நிறமுடையவன், சிவந்த ஆடையை அணிந்தவன், சிவந்த அடிமரத்தை உடைய அசோகினது குளிர்ந்த தளிர் அசைகின்ற காதை உடையவன், கச்சை அணிந்தவன், கழலைக் கட்டியவன், வெட்சிக்கண்ணியைச் சூடியவன், குழலை ஊதுபவன், கொம்பை வாசிப்பவன், வேறு பல சிறிய

வாத்தியங்களை இசைப்பவன், ஆட்டு வாகனத்தான், மயிலில் ஏறுபவன், குற்றம் இல்லாத சேவற்கொடியைப் பிடித்தவன், நெடிய உருவம் படைத்தவன், வளை அணிந்த தோளை உடையவன் - ஆக முருகன் எழுந்தருள்கிறான்.

அரை - அடிமரம். செயலை - அசோகமரம். துயல் வரும் அசையும். செச்சை - வெட்சி. கோடு- கொம்பு. தகர் - ஆடு. புகர் - குற்றம்.)

சிங்கார வடிவேலன் இப்படி வரும்போது அவனுடன் சேவிக்கும் மகளிர் வந்தது போலப் பாடும் மகளிரும் வருகின்றனர். அவர்கள் பாடிக்கொண்டே அவனுடன் வருகிறார்கள். அவர்கள் பாடுகிறார்களோ அல்லது வீணையை யாரேனும் வாசிக்கிறார்களோ என்று சொல்லும்படியாக இருக்கிறது அவர்களுடைய இனிய குரல்.

நரம்புஆர்த் தன்ன இன்குரல் தொகுதியோடு.

(யாழ் நரம்பு ஒலித்தாற் போன்ற இனிய குரலையுடைய மகளிர் கூட்டத்தோடு - முருகன் வருகிறான்.)

முருகன் இடையிலே உடுத்திருக்கும் துகிலில் சிறிய சிறிய புள்ளிகள் இருக்கின்றன. மிகவும் மெல்லிய துகில் அது; குளிர்ச்சியும் மணமும் அமைந்து விளங்குவது. அதைப் பூமியிலே படும்படியாகத் தளர்த்தி முருகன் உடுத்திருக்கிறான். ஆடையை மேலே மடக்கிக் கொள்வது மரியாதைக்கு அடையாளம். ஏவலாளர் ஆடையைத் தூக்கிக் கட்டிக் கொள்வார்கள். பிறரால் மதிக்கப்பெறும் உயர் பதவியுடையவர் பாதம் மறைய உடுத்துக்கொள்வர். இன்றும் அரசர் உடை நிலத்தின்மேல் புரளப் புரள இருப்பதைக் காணலாம்.

முருகன் பெருந்தலைவன். அவன் நிலத்திலே புரளும் படியாகத் துகிலை உடுத்திருக்கிறான்.

குறும்பொறிக் கொண்ட நறுந்தண் சாயல்
மருங்கிற் கட்டிய நிலன்நேர்பு துகிலினன்.

(சிறிய புள்ளிகளை உடையதாய் மணமும் தண்மை யும் மென்மையும் உடையதாய் இடுப்பிலே கட்டிய நிலத்திலே புரளும் துகிலை உடையவன்.

பொறி - புள்ளி)

குரவையாடும் கூத்தன்

அவன் புஜபல பராக்கிரமம் உடையவன். அவன் தோள்கள் முழவைப் போலப் பூரித்து விளங்குகின்றன. அவற்றால் குரவையாடும் மகளிரைப் பற்றிக் கொள்கிறான். மெல்லிய தோளையும் மானைப் போன்ற தோற்றத்தையும் உடைய அந்த மகளிருக்குத் தலைக்கை தருகிறான். பல மகளிர் கைகோர்த்து ஆடும் குரவைக் கூத்தில் முதல்வனாக ஒரு வீரன் இருந்து கைகொடுத்துத் தானும் ஆடுவது வழக்கம். தலைக்கை தருதல் என்பது அதுவே. முருகன் இந்த மகளிரைத் தழுவித் தலைக்கை தந்தருளுகிறான்.

குன்றிலே ஆடும் குறவர்களின் முன்னே அவர்கள் ஆடும் குரவைக் கூத்துக்கு ஏற்றத் திருக்கோலமும் செயலும் உடையவனாகக் குன்றுதோறும் சென்று இவ்வாறு விளையாடல் புரிவதும் முருகனுடைய இயல்பாகும்.

முழவுறழ் தடக்கையின் இயல ஏந்தி
மென்றோட் பல்பிணை தழீஇத் தலைத்தந்து
குன்றுதொ றாடலும் நின்றதன் பண்பே; அதாஅன்று.

(மத்தளத்தைப் போலப் பெருத்த விசாலமான கைகளால் ஏற்ற வண்ணம் ஏந்திக் கொண்டு மெல்லிய தோளையுடைய மானைப் போன்ற பல மகளிரைத் தழுவி அவர்களுக்கு முதற்கை கொடுத்து, மலைகள் தோறும் விளையாடுதலும் நிலைபெற்ற அவனது குணமாகும்.

இயல - பொருந்த. பிணை மானைப்போன்ற மகளிர்.)

பூசாரி வழிபட, குரவர் குரவையாட, அவர் முன்னே மகளிரோடு தானும் எழுந்தருளி வந்து அவர் பாடலைக் கேட்டு மகிழ்ந்து அந்த மகளிரோடு ஒன்றி ஆடி இன்புறும் திருவிளையாட்டை உடையவன் முருகன். அன்பர்களின் நிலைக்கு ஏற்ப அவர்களோடு ஒன்றி அருள் விளையாடல் நடத்தும் முருகனது பெருங் கருணைத் திறத்தைக் குன்றுதோறாடல் குறிக்கின்றது.

பழமுதிர் சோலை

முருகன் உறையும் தலங்கள் நான்கை முதலிலே சொல்லி, அப்பால் எல்லா மலைகளிலும் அவன் உறைந்து அருள் செய்வானென்பதையும் சொன்னார் நக்கீரர். பிறகு முருகனது ஆறாவது படைவீடாகிய பழமுதிர் சோலையைப் பற்றிச் சொல்ல வருகிறார்.

முதலில் திருப்பரங்குன்றத்தைப்பற்றிச் சொல்லும் போது, இறைவனைக் காணும் அவாவுடைய புலவனுக்கு முன்னுரையாகச் சொல்ல வேண்டியவற்றைச் சொல்லிவிட்டுச் சுருக்கமாகப் பரங்குன்றத்தைப் பற்றிச் சொன்னார். அவ்வாறே, இறுதிப் பகுதியாகிய இதில் முருகன் பழமுதிர் சோலையில் எழுந்தருளியிருக்கிறான் என்ற வாய்பாட்டில் சொல்லாமல், பழமுதிர்சோலையிலே எழுந்தருளியிருக்கும் முருகன் அருள்புரிவான் என்று சொல்லும் முகத்தால் அத்தலத்தைச் சுருக்கமாக வருணிக்கிறார். அதற்கு முன்பு இப் பகுதியின் ஆரம்பத்தில், 'முருகன் முன்னே சொன்ன தலங்களில் மாத்திரம் இருப்பவன் அல்லன்; இன்னும் பல இடங்களில் அவனைக் காணலாம்' என்பதை அறிவுறுத்துகிறார். இயற்கையெழில் நிலவும் இடங்களும், மக்கள் கூடி ஒன்றி இன்புறும் இடங்களுமாகப் பல பல இடங்களைக் கூறி, 'இங்கெல்லாம் முருகன் எழுந்தருளியிருப்பான்' என்று சொல்லி, எங்கேயானாலும் சரி; அவனைக் கண்டு வணங்கிப் போற்றி வழிபட்டு வாழ்த்தினால் உனக்கு இன்பம் உண்டாகும்' என்று முடிக்கிறார்.

இனி முருகன் எழுந்தருளியிருக்கும் இடங்களைப் பற்றி நக்கீரர் கூறுவதைக் கேட்கலாம்.

குறிப்பிட்ட சில தலங்களில் மாத்திரம் முருகனை மக்கள் வழிபடுகிறார்கள் என்று நினைக்கக்கூடாது. மனிதர் தொகுதி எங்கெல்லாம் வாழ்கின்றதோ அங்கெல்லாம் அவன் இருந்து துணைசெய்கிறான். ஊர் தோறும் தமிழ்நாட்டில் முருகனுக்கு விழா எடுப்பார்கள். உற்சாகமும் சிறப்பும் மிகுந்த அந்த விழாக்களில் முருகனை வழிபடும் முறை ஒன்று உண்டு. குறிஞ்சி நிலத் தெய்வமாகிய அவனுக்குக் கூடை நிறையத் தினையரிசியை வைத்து வழிபடுவார்கள். பேரழகனாகிய அவனை நினைந்து பல பல மலர்களைக் கலந்து வைப்பார்கள். ஆட்டை அறுத்துப் பலியிடுவார்கள். விழா நடக்கும் இடத்தை முருகன் தன் திருவிருக்கையாகக் கொள்வான் என்ற உறுதி அவர்களுக்கு உண்டு.

முருகனுக்குப் பெருவிழா நடக்கிறது என்பதற்கு அடையாளமாக முதலில் அவ்விடத்தில் கோழிக் கொடியை நிறுவுவார்கள். தினையும் மலரும் வைத்து மறியறுத்துக் கும்பிடும் ஊர் விழாக்களில் மனிதர்களுடைய அன்புக்கு அடிமையாகி முருகன் எழுந்தருள் வான்.

இது ஊரில் யாவரும் கலந்து ஒன்றுபட்டு விழா அயரும் களம்.

சிறுதினை மலரொடு விரைஇ மறிஅறுத்து
வாரணக் கொடியொடு வயிற்பட நிறீஇ
ஊரூர் கொண்ட சீர்கெழு விழவினும்.

(சிறிய தினையரிசியைப் பூக்களோடு கலந்து வைத்து, ஆட்டை அறுத்து, கோழிக் கொடியோடு விழாவுக்குரிய களத்தை நிறுவி, ஒவ்வோரூரிலும் நடத்த மேற்கொண்ட சிறப்புப் பொருந்திய விழாக்களிலும்.)

இப்படிப் பொதுவகையால் பலர் சேர்ந்து விழா அயரும் இடத்தில் முருகன் எழுந்தருள்வது பொதுவான அருட்பொலிவு. அவன்பால் பித்துடையராகி இருக்கும் ஆர்வலர் பலர், 'அவனே எல்லாம்' என்று நின்று வழி

படுவார்கள். அவ்விடத்தில் அவன் சிறப்பான அருளைப் புரிவான். ஊரினருடைய விழாவில் அவன் ஊர்த்தெய்வமாக இருப்பான்; ஆர்வலர் வழிபாட்டில் அவன் உள்ளத்துறை தெய்வமாக விளங்குவான்.

ஆர்வலர் ஏத்த மேவரு நிலையினம்.

(அன்பர்கள் துதித்து வழிபட, விரும்பிச் செல்லும் அவ்விடங்களிலும்.)

விழாவயர் களத்திலும் ஆர்வலர் ஏத்தும் நிலையிலும் எழுந்தருளும் முருகன், பூசாரி செய்யும் பூசையையும் ஏற்றுக்கொண்டு அவன் வெறியாடும் இடத்திலும் இருக்கிறான். மறியறுத்து வேலைக் கையில் எடுத்து ஆடும் பூசாரியின் ஆட்டத்துக்கு வெறியாட்டு என்று பெயர். குறிஞ்சி நிலத்து மக்கள் முருகனை வழி பட்டு வெறியாட்டெடுப்பர். அவர்கள் வழிபடும் திருக் கோயிற் பூசாரி, வேலன். அவன் பூசை போட்டு வெறி அயரும் களத்திலும் முருகன் எழுந்தருளியிருப்பான்.

வேலன் தைஇய வெறிஅயர் களனும்.

(பூசாரி அமைத்த வெறியாடுகிற இடத்திலும்.)

மனிதர் கூடி வழிபடும் இடங்களில் மாத்திரந்தானா முருகன் இருக்கிறான்? அழகு எங்கெல்லாம் உண்டோ, அங்கெல்லாம் அவன் கோயில் கொண்டிருப்பான். இயற்கை எழில் நிலவும் இடங்களெல்லாம் அவன் திருக்கோயில்களே. அழகுணர்ச்சியால் மனிதன் அமைத்த அழகுறை யிடங்களெல்லாம் அவன் ஆலயங்களே. மரமடர்ந்து விலங்குகள் பயிலும் காடுகள் அவன் உறையும் இடங்களே. மனிதர் ஆக்கிய அழகு பார்க்கும் சோலைகளும் அவனுக்குரிய இடங்களே. ஆற்றுக்கு நடுவே சிறு தீவாக எழிற்சோலை வளரும் இடமாக இருக்கும் அரங்கம் அவன் திருக்கோயிலே. உலகத்துக்கு நல்ல நீரை மலையிடைப் பிறந்து போந்து தந்து பயிர் விளைக்கும் ஆறு அவன் திருவருளாட்சிக்கு இடமாக

விளங்கும். மனிதர் தாமே முயன்று வெட்டிய குளமும் அவன் இருக்கும் இடந்தான். இப்படி இயற்கையாகவும் செயற்கையாகவும் இன்பமும் அழகும் மலிந்து விளங்கும் வேறு பல இடங்களிலும் அவன் உறைவான்.

காடும் காவும் கவின்பெறு துருத்தியும்
யாறும் குளனும் வேறுபல் வைப்பும்.

(காடும் சோலையும் அழகுடைய ஆற்றிடையி லுள்ள தீவும் ஆறும் குளமும் வேறு பல இடங்களும்.)

மனிதர் தன்னை வழிபடக் கூடும் இடங்களில் அவன் நிலவுவது இருக்கட்டும். எங்கெல்லாம் மனிதர்கள் கூடுகிறார்களோ, இயங்குகிறார்களோ அங்கெல்லாம் அவன் உறைவான். இயக்கம் முருகன் அருளால் நிகழ்வது. மனிதர் உயிர் வாழ்வதற்கே அவன் காரணம். ஆதலால் மனிதர் கூடும் இடங்களும் நடந்து பழகும் இடங்களும் முருகு கமழும் இடங்களே.

பேரூர்களில் பல பல தெருக்கள் ஒன்றுகூடும் இடங்கள் பல இருக்குமல்லவா? அங்கெல்லாம் முருகனது சாந்நித்தியம் இருக்கும். நான்கு தெருக்கள் கூடும் சதுக்கமும், மூன்று தெருக்கள் கூடும் சந்தியும், ஐந்து முதலிய தெருக்கள் கூடும் சந்திகளும் முருகன் எழுந்தருளியிருக்கும் இடங்களே.

முருகன் கடம்பமலர் மாலையை அணிந்தவன் என்பது எல்லோரும் அறிந்துகொண்ட உண்மை. அதை அணிவதோடல்லாமல் புதிய மலர்கள் மலர்ந்து நிற்கும் கடம்ப மரத்திலே அவன் எழுந்தருளியிருக்கிறான்.

சிறிய ஊர்களில் பழைய மரமும் அந்த மரத்தடியில் மேடையும் இருக்கும். அந்த இடங்களில் ஊர்க்காரர்கள் கூடி நியாயம் பேசுவார்கள். தமிழ்நாட்டில் இத்தகைய இடங்கள் பல இருந்தன. அவற்றிற்கு மன்றம் என்று பெயர். தொன்றுதொட்டு ஊரில் நீதி வழங்குவதற்கு இடமாக இருக்கும் அவ்விடம், முருகன் திருக்கோயிலுக்குச்

சமானமானது. அங்கே முருகன் எழுந்தருளி யிருப்பான்.இப்படியே நகருக்குள்ளே பலரும் கூடும் சபை பல உண்டு. பொதியில் என்று அவற்றிற்குப் பெயர். பலருக்கும் பொதுவான இல் ஆதலில் அந்த அம்பலங்களுக்குப் பொதியில் (பொது இல்) என்ற பெயர் வந்தது. அங்கும் முருகன் எழுந்தருளியிருப்பான்,

பல இடங்களில் கட்டுத்தறியை நட்டு அதனையே தெய்வமாக வழிபடுவார்கள். அவ்விடத்திலும் முருகன் இருப்பான்.

சதுக்கமும் சந்தியும் புதுப்பூங் கடம்பும்
மன்றமும் பொதியிலும் கந்துடை நிலையினும்.

(நான்கு தெருக்கள் கூடும் சதுக்கத்திலும் வேறு சந்திகளிலும் புதிய மலர்களையுடைய கடம்ப மரத்திலும் மன்றத்திலும் பொதியிலிலும் கந்தையுடைய இடங்களிலும்.

கந்துடை நிலை என்பதற்கு, ஆதீண்டு குற்றியை யுடைய இடத்திலும் என்று பொருள் எழுதுவர் நச்சினார்க்கினியர்.)

சிற்றூரிலும் பேரூரிலும் இயற்கையெழில் உள்ள இடத்திலும் செயற்கையெழில் அமைந்த இடத்திலும் மக்கள் ஒற்றுமைப்பட்டுக் கூடி வாழும் இடத்திலும் நடந்து செல்லும் வழிகளிலும் முருகன் இருப்பான். முருகன் ஒற்றுமைத் தெய்வம், உயிர் வாழ்க்கைத் தெய்வம், அழகுத் தெய்வம், நாகரிகத் தெய்வம் என்பதையே அவன் உறையும் இடங்கள் இவை என்பதன் வாயிலாகப் புலவர் அறிவுறுத்துகிறார்.

குறமகள் வழிபாடு

மலைச்சாரலை அடுத்த ஊர் அது. அங்கே அதைப் போலப் பல சிற்றூர்கள் உண்டு. அந்த ஊரில் முருகனுக்குக் கோயில் ஒன்று இருக்கிறது. அந்தக் கடவுள் படிமத்தானுடைய வழிபாட்டை ஏற்றுக் கொள்வது போலக் குறமகள் வெறியாடுவதையும் ஏற்றுக் கொண்டு பிரசன்னமாவான்.

முருகனுக்கு உவந்த பண்டங்களை வைத்து மந்திரங்கூறி ஆடிப் பாடித் தெய்வ ஆவேசம் வந்து குறிஞ்சிநில மக்களுக் குத் தெய்வ நம்பிக்கையை ஊட்டுபவள் அந்தக் குறத்தி. வெறியாடுவதால் அவளுக்கு வெறியாட்டியென்ற பேர் வழங்கும். தேவராட்டியென்றும் சொல்வதுண்டு. அவள் முருகனுக்குப் பூசை போடுகிற காட்சியை அடுத்தபடி நக்கீரர் வருணிக்கிறார்.

முருகனுடைய விழாவென்றால் முதலில் துவஜா ரோகணம் நடைபெறுகிறது. அழகிய கொண்டையோடு கூடிய சேவற்கொடி அது. மாட்சிமைப்பட்ட தலையை யுடைய சேவற்கொடியை நாட்டிக் கோயிலைப் புதுக்கி அலங்கரிக்கிறார்கள். திருவிழாவுக்குப் பொருத்தமான அமைப்புக்களை அமைக்கிறார்கள்.

மாண்டலைக் கொடியோடு மண்ணி அமைவர.

(மாட்சிமைப்பட்ட தலையையுடைய கோழிக் கொடியோடு பிற அலங்காரங்களையும் செய்து பொருத்தமாக அமையும்படி.

'ஆண்டலைக் கொடி' என்று பிரித்து, பேய் முதலியவை வராமல் இரட்சையாக இருக்கும்படியாக ஆடவனது தலையும் பறவையினது உடம்பும் உடைய உருவத்தை எழுதிய கொடி எனப் பொருள் கொள்வதும் உண்டு.)

தெய்வ சாந்நித்தியம் இருக்கும்பொருட்டு நிலை, வாயிற்படி முதலிய இடங்களில் வெண்சிறு கடுகை அரைத்து அதனோடு நெய்யையும் கலந்து தடவுவது பழங்கால வழக்கம். முருகன் திருக்கோயிலில் நெய்யோடு ஐயவியை அப்புகிறார்கள். அப்பும்போது மெல்ல மந்திரங்களைச் சொல்கிறார்கள். கையைக் குவித்து அந்த அந்த இடத்துக்குக் கும்பிடு போடுகிறார்கள். நிலை, வாயிற்படி, சுவர், திருவாயில் முதலிய இடங்களெல்லாம் தெய்வம் உறையும் இடங்கள். அங்கெல்லாம் நெய்யையும் வெண்சிறு கடுகையும் அப்பி

மந்திரம் சொல்லிக் கும்பிட்டு அழகிய மலர்களையும் தூவித் திருக்கோயிலைக் கோலம் செய்கிறார்கள்.

குறமகள் நீராடி வந்து வெவ்வேறு நிறமுள்ள இரண்டு ஆடைகளை உள் ஒன்றும் புறம்பொன்றுமாக உடுத்துக் கொள்கிறாள். பிறகு சிவந்த நூலைக் கையிலே காப்பாகக் கட்டிக்கொள்கிறாள். பூசைக்கு வேண்டிய பொருள் களெல்லாம் குறைவற நிரம்பியிருக்கின்றன. காப்புப் புனைந்த குறமகள் முருகனை வருவிக்க, ஆவேசரூபமாக வருவிக்க, வேண்டிய காரியங்களைச் செய்யத் தொடங்குகிறாள்.

வெள்ளைப் பொரியைத் தூவுகிறாள். பலம் பொருந்திய கொழுத்த கால்களைப் பெற்ற ஆட்டுக் கிடாயின் இரத்தத்தோடு நல்ல வெள்ளை அரிசியைக் கலந்து பலிபீடத்தில் இடுகிறாள். இது சிறு பலி. கூடைகளில் வேறு அரிசியை வைக்கிறாள். இது பிரப்பெனப்படும். பசு மஞ்சளை அரைத்துச் சந்தனம் முதலிய வாசனைப் பொருள்களோடு அங்கங்கே தெளிக்கிறாள். மலைச்சாரலில் செவ்வலரிச் செடி வளப்பமாக வளர்ந் திருக்கிறது. பெரிய பெரிய மலர்களையுடையதாக இருக்கிறது. அந்த மலர்களிலே ஒரு தனி வாசனை உண்டு. அவற்றைப் பறித்துக் காட்டி, ஒத்த அளவிலே நறுக்கி எங்கும் தொங்கவிடுகிறாள்.

நெய்யோடு ஐயவி அப்பி ஐதுஉரைத்துக்
குடந்தம் பட்டுக் கொழுமலர் சிதறி
முரண்கொள் உருவின் இரண்டு உடன் உடீஇச்
செந்நூல் யாத்து வெண்பொரி சிதறி
மதவலி நிலைஇய மாத்தாட் கொழுவிடைக்
குருதியொடு விரைஇய தூவெள் அரிசி
சில்பலிச் செய்து பல்பிரப்பு இரீஇச்
சிறுபசு மஞ்சுளொடு நறுவிரை தெளித்துப்
பெருந்தண் கணவீர நறுந்தண் மாலை
துணையற அறுத்துத் தூங்க நாற்றி.

(நெய்யோடு கலந்து வெள்ளைக் கடுகை அப்பி மந்திரங்களை மெல்லச் சொல்லிக் கும்பிட்டுக் கொழுவிய மலர்களைத் தூவி, ஒன்றோடு ஒன்று மாறு பட்ட நிறத்தையுடைய இரண்டு ஆடைகளை ஒருங்கே உடுத்து, சிவந்த நூலைக் கையிலே கட்டிக்கொண்டு, வெள்ளிய பொரியைச் சிதறி, மிக்க வலிமை நிலை பெற்ற பெரிய காலையுடைய கொழுத்த ஆட்டுக்கிடாயின் இரத்தத்தோடு கலந்த தூய வெள்ளை அரிசியைச் சிறு பலியாக இட்டு, பல கூடை நிறையப் பிரப்பரிசி வைத்து, சிறிய பசுமஞ்சளோடு நறிய வாசனைப் பொருள்களைத் தெளித்து, பெரிய குளிர்ந்த செவ்வலரியினது நறிய தண்ணிய மாலையை அளவு ஒத்து அறும் படியாக அறுத்து, அங்கங்கே தொங்கும்படி கட்டி.

குடந்தம் படுதல் - கைகுவித்தல். முரண் - வேறு பாடு. மத வலி -மிக்க வலிமை. விடை - இங்கே ஆட்டுக்கிடாய். இரீஇ -இருத்தி. விரை - வாசனைப் பண்டம். கணவீரம் - செவ்வலரி.)

மக்கள் யாவரும் துன்பம் ஒழிந்து இன்பத்தோடு வாழவேண்டுமென்பதற்காகத்தான் குறமகள் முருகனை வழிபடத் தொடங்கினாள். அதனால் அவளுக்குச் சிறப்பாக வரும் பயன் ஒன்றும் இல்லை. ஆகவே அவள், மரங்கள் செறிந்து அடர்ந்த மலைப் பக்கங்களிலுள்ள நல்ல ஊர்களெல்லாம் பசியும் பிணியும் பகையும் நீங்கி இன்புற்று வாழ வேண்டுமென்று வாழ்த்துகிறாள்; தூபம் கொடுத்துக் குறிஞ்சிப் பண்ணைப் பாடுகிறாள். அவள் குறிஞ்சிப் பண்ணைப் பாடும்பொழுது குறிஞ்சி நிலத்து இசைக்கருவிகளெல்லாம் உடன் ஒலிக்கின்றன. அருகில் உள்ளவர்கள் அவற்றை வாசிக்கின்றனர். இயற்கையாகவே மலையில் வீழும் அருவியின் ஓசை மலையழகனாகிய முருகனுக்குரிய வாத்தியமாக அமைந்திருக்கிறது. அந்த ஓசையே சுருதியாகப் பல வாத்தியங்கள் ஒலிக்கின்றன.அந்த முழக்கத்தினிடையே குறமகள் தன்னுடைய இன்னொலியால் குறிஞ்சிப் பண்ணைப் பாடுகிறாள்.

நளிமலைச் சிலம்பின் நன்னகர் வாழ்த்தி
நறும்புகை எடுத்துக் குறிஞ்சி பாடி
இமிழிசை அருவியொடு இன்னியம் கறங்க.

(செறிந்த மலைச்சாரலில் உள்ள நல்ல நகர்களை வாழ்த்தி, நறிய தூபத்தைக் காட்டி, குறிஞ்சிப் பண்ணைப் பாடி, ஒலிக்கின்ற இன்னொலியை உடைய அருவியொடு இனிய வாத்தியங்கள் சேர்ந்து முழங்க.)

குறமகள் பல நிறம் பெற்ற மலர்களைத் தூவுகிறாள்; இரத்தத்தோடு கலந்த சிவந்த தினையைப் பரப்புகிறாள். அதைப் பார்த்தாலே பயமுண்டாகிறது. முருகனுக்கு உவப்பான தொண்டகப்பறை, துடி முதலியவற்றை வாசிக்கச் செய்கிறாள்.

தெய்வ நினைவை, அதிலும் முருகனது நினைவை உண்டாக்கும் காட்சி, ஒலி, மணம் அங்கே நிறைந்திருக்கின்றன. ஆடலும் பாடலும் துடியின் முழக்கமும் சாமான்ய மனிதனுக்கே ஆவேசத்தை உண்டாக்கும். உலக நினைவே இல்லாமல் தெய்வ நினைவாக உள்ள அந்தப் பரப்பில் முருகன் எழுந்தருளத் திருவுள்ளம் கொள்கிறான்.

ஆம், குறமகள் மூலமாக அவன் வெளிப்படுகிறான். அவளுக்கு ஆவேசம் வருகிறது.உடல் நடுங்க ஆடிக் கூவிச் சுழன்று சிரித்து முழங்குகிறாள். அங்குள்ள மக்கள் அத்தனை பேருக்கும் மெய் சிலிர்க்கிறது. சிலர் அழுகிறார்கள். சிலர் தொழுகிறார்கள். சிலர் பிரமித்து நிற்கிறார்கள். முருகனே நேரில் வந்துவிட்டால் எப்படி இருக்குமோ, அப்படித்தான் இருக்கிறது அந்த இடம். தெய்வம் இல்லை என்ற எண்ணமுள்ள முரடர்கள் கூட இந்தக் காட்சிகளைக் கண்டுவிட்டு நெஞ்சு படபடக்கக் கன்னத்தில் போட்டுக் கொள்கிறார்கள். முரண்பாட்டை யுடைய அவர்கள்கூட அஞ்சும்படியாக அந்தக் குறமகள் முருகனை வருவித்திருக்கிறாள்.

உருவப் பல்பூத் தூஉய் வெருவரக்
குருதிச் செந்தினை பரப்பிக் குறமகள்
முருகியம் நிறுத்து முரணினர் உட்க
முருகாற்றுப் படுத்த உருகெழு வியனகர்.

(பல நிறங்களையுடைய மலர்களைத் தூவி, கண்டோர் அஞ்சும்படியாக இரத்தத்தோடு கலந்த சிவந்த தினையைப் பரப்பி, குறமகளானவள் முருக னுக்கு உவந்த வாத்தியங்களை வாசிக்கச் செய்து, தெய்வம் இல்லையென்ற முரண்பட்ட கொள்கையை உடையோரும் அஞ்சும்படியாக முருகனை வரும்படிச் செய்த அழகுமிக்க அகன்ற திருக்கோயிலில்.)

இத்தகைய அற்புதமான காட்சிகளை உடைய கோயிலில் வெறியாட்டெடுக்கின்ற இடத்தில் பல பாட்டுக்களைப் பாடுகிறார்கள் குறிஞ்சி நில மக்கள். அந்தப் பாட்டொலி மலையெல்லாம் சிலையோடுகிறது. பல கொம்புகளை ஊதுகிறார்கள். கேட்டால் கிடுகிடுக்கும் ஒலியையுடைய கொடிய மணிகளை முழக்குகிறார்கள். பிறகு முருகனுடைய வாகனத்தை வாழ்த்துகிறார்கள். பகைவர்களுக்கு முன் நின்று முருகன் போர் செய்கையில் எத்தகைய ஆற்றலுடையவர்கள் எதிர்த் தாலும் புறங்காட்டி ஓடாதது அந்த வாகனம்; அதுதான் பிணிமுகம் என்னும் யானை. அதை வாழ்த்துகிறார்கள்.

ஆடுகளம் சிலம்பப் பாடிப் பலவுடன்
கோடுவாய் வைத்துக் கொடுமணி இயக்கி
ஓடாப் பூட்கைப் பிணிமுகம் வாழ்த்தி.

(வெறியாடுகின்ற இடத்தில் சிலையோடும்படி யாகப் பாடி, பல கொம்புகளை ஒன்றாக ஊதி, ஒலியாற் கொடுமையையுடைய மணிகளை ஒலித்து, புறங்காட்டி ஓடாத வலிமையையுடைய பிணிமுகம் என்னும் யானையை வாழ்த்தி.)

ஊர்கள்தோறும் நடைபெறும் விழாக்களிலும், இயற்கையழகும் செயற்கையழகும் நிரம்பிய இடங்களிலும், வேலன் வழிபடும் களத்திலும், குறமகள் பூசை செய்யும்

கோயிலிலும், பிற பிற இடங்களிலும் முருகனைப் பல வகையான மக்கள் வழிபடுகிறார்கள். தங்கள் குறை தீரவேண்டியும், ஊருக்கு நன்மை வர வேண்டியும், அறம் பொருள் இன்பம் வீட்டை விரும்பியும் அவர்கள் வழிபடுகிறார்கள். இப்படி விரும்பி வழிபடுபவர்கள் எல்லாம் தங்கள் இயல்புக்கு ஏற்ப வழிபட, முருகன் அவர்களுக்கு அருள் செய்கிறான்; வேண்டியவர்கள் வேண்டியவற்றைப் பெறும்படி வழங்குகிறான். அவற்றைப் பெற்றவர்கள் அந்த உவகையினாலும் நன்றியறிவினாலும் மேலும் மேலும் வழிபட்டுக்கொண்டே இருக்கின்றார்கள். அவர்கள் வழிபாட்டை ஏற்றுக்கொண்டும், வேண்டியதை அருள் செய்துகொண்டும் அங்கங்கே முருகன் எழுந்தருளியிருக்கிறான். இதை யாரோ சொல்லக் கேட்டேனென்று எண்ணாதே. நானே இதை உணர்ந்திருக்கிறேன். நான் அறிந்தவாறு இது.

வேண்டுநர் வேண்டியாங்கு எய்தினர் வழிபட
ஆண்டாண்டு உறைதலும் அறிந்த வாறே.

(தமக்கு விருப்பமானவற்றை வேண்டும் அடிய வர்கள் வேண்டியபடியே அடைந்து வழிபட்டுக் கொண் டிருக்க முருகன் அங்கங்கே தங்கியிருத்தலும் நான் அறிந்ததேயாகும்.)

அறிவுறுத்தல்

முருகனுடைய பெருமையையும் அவன் இருக்கும் இடங்களையும் தெரிவித்த நக்கீரர் இதுவரையில் தம்மை மறந்திருந்தார்; எதிர் நிற்கும் புலவனையும் மறந்திருந்தார். படைவீடுகளிலும் காவிலும் காட்டிலும் துருத்தியிலும் வேலன் புனைந்த களத்திலும் குறமகள் முருகனை ஆற்றுப்படுத்தும் கோயிலிலும் அவர் உள்ளம் சென்று சென்று முருகன் அங்கங்கெல்லாம் அழகனாகவும் வீரனாகவும் தெய்வமாகவும் எழுந்தருளி யிருப்பதை அனுபவிக்கிறார். அப்போது உணர்ச்சி விஞ்சுகிறது. அந்த உணர்ச்சி பேசுகிறது.

வானப் பரப்பிலே சிறகை அகல விரித்து மனங் கொண்ட மட்டும் பறந்து திரிந்த பறவை நிலத்திற்கு இறங்கி வந்ததுபோல நக்கீரர் இப்போது தம்மையும் எதிர் நிற்கும் புலவனையும் எண்ணும் நிலைக்கு வருகிறார். 'இவ்வளவு சொன்னேனே! இவை என் அனுபவத்தால் உணர்ந்த உண்மை. காட்டிலும், மலையிலும், பூவிலும், புனலிலும், முனிவர் உள்ளத்திலும் குறமகள் பூசையிலும் அவன் இருப்பது வியப்பாகத் தோற்றலாம். முருகன் உண்மை அதுதான் அப்பா. இதனை அவன் அருளால் நான் அறிந்தேன். அறிந்தவாறே சொன் னேன்" என்று ஆனந்த வெறியிலே பேசுகிறார். பிறகு, இவ்வளவு இடங்களில் நான் எந்த இடத்துக்குப் போவது?" என்று புலவன் நினைப்பான் அல்லவா? இவ்வளவு சொல்லி வந்தது அவனுக்கு வழிகாட்டத் தானே? அந்தக் காரியத்துக்கு வருகிறார்.

"இவ்வளவு இடங்களைக் கூறியது உன்னை மயங்க வைக்க அல்ல. பல பல இடங்களில் முருகன் இருக்கிறான். உனக்கு எது அணுகும் நிலையில் இருக்கிறதோ, எங்கே திருவருள் கூட்டுவிக்கிறதோ, அங்கே போ. குறத்தி பாடும் இடமாயிற்றே என்று தாழ்வாக எண்ண வேண்டாம். காடு அல்லவா என்று அஞ்ச வேண்டாம். இத்தனை இடங்களில் எந்த இடமாக இருந்தாலும் சரி, நீ உள்ளன்போடு சென்றால் முருகனைக் காணலாம்" என்று தைரியமூட்டி, எப்படிக் கண்டு வழிபட வேண்டும் என்பதையும் சொல்லப் புகுகிறார்.

அப்பா, நான் சொன்ன அந்த அந்த இடங்களானாலும் சரி, வேறு இடங்களானாலும் சரி, முருகனைத் தரிசனம் செய்வதற்கு உரிய இடம் இது என்று முதலில் நிச்சயம் செய்து கொண்ட இடத்தில் முகமும் அகமும் மலர்ந்து நீ துதிப்பாயாக. கைகளைக் குவித்து அஞ்சலி செய்து தோத்திரம் பண்ணிக் கீழே விழுந்து வணங்கு.

ஆண்டாண்டு ஆயினும் ஆக, காண்தக
முந்துநீ கண்டுழி முகன்அமர்ந்து ஏத்திக்
கைதொழூஉப் பரவிக் கால்உற வணங்கி.

(நான் கூறிய அவ்வவ்விடங்களானாலும் (பிற டங்களானாலும்) தரிசனத்துக்குப் பொருத்தமாக முந்தி நீ கண்ட இடத்தில் முகம் விரும்பித் துதித்து, கைகுவித்துப் புகழ்ந்து காலில் விழுந்து பணிந்து.)

விழுந்து எழுந்து அவனைத் துதிப்பாயாக. அவன் பெருமை பாட இனிப்பதாதலால் பல பலவாக அவனை வாழ்த்தலாம். எனக்குத் தெரிந்தமட்டில் சில வற்றைச் சொல்கிறேன்.

திருவவதாரம்

முருகன் திருவவதாரம் செய்த வரலாறு மிகவும் வியக்கத்தக்க கதை. அந்தக் கதை பழங்கால முதல் வெவ்வேறு விதமாக வழங்கி வருகிறது.

சங்க காலத்து நூல்களில் ஒன்றாகிய பரிபாடலில் முருகன் திருவவதாரம் பின்வருமாறு காணப்படுகிறது.

சிவபெருமான் உமாதேவியாரோடு இன்புற்றிருந்த போது இந்திரன் வந்து, அந்தச் செயலை நிறுத்தவேண்டுமென்று வேண்டினான். அதற்கு இணங்கிய இறைவன் அப்போது வெளிப்பட்ட கருவைச் சேதித்து இந்திரன் கையிலே கொடுத்தான். அவன் அதை ஏழு முனிவர்களிடத்திலே அளித்தான். அந்த முனிவர்கள் தங்களுடைய ஞான திருஷ்டியால் அந்தக்கரு தேவர் படைத் தலைமை வகிக்கும் தன்மையதென்று உணர்ந்து, தம் மனைவியரிடம் கொடுக்க எண்ணினார்கள். ஆயினும் அதன் ஆற்றலை அவர் தாங்கார் என்று கண்டு, வேள்வித் தீயிலே பெய்தார்கள். அந்தத் தீயின்கண் வெந்து செவ்வி பெற்றதைத் தங்கள் மனைவியருக்குக் கொடுத்தார்கள். அவருள் வசிட்டன் மனைவி அருந்ததியைத் தவிர மற்ற ஆறு பேராகிய கார்த்திகை மாதர் அதன் பகுதியை நுகர்ந்து கருவடைந்தனர். அப்பால் ஆறு குழந்தைகளை ஈன்று, சரவணப் பொய்கையில் உள்ள தாமரை மலராகிய தொட்டிலில் விட்டனர்.

வால்மீகி ராமாயணம், குமார சம்பவம் முதலிய பழைய நூல்களில் முருகனுடைய திருவவதாரம் இதையொத்தே அமைந்துள்ளது. தமிழ்க் கந்தபுராணமும் பிறவும், 'இறைவன் திருமுகங்களிலுள்ள நெற்றிக் கண் களிலிருந்து பிறந்த பொறிகளை அக்கினி ஏந்தி வாயுவிடம் கொடுக்க, வாயு கங்கையில் விட, கங்கை சரவணப் பொய்கையில் விட்டாள்; அங்கே ஆறு பொறிகளும் ஆறு குழந்தைகளாக உருப்பெற்று வளர்ந்து வந்தன. அந்தக் குழந்தைகளுக்குப் பாலூட்டி வளர்த்தனர் கார்த்திகை மாதர்' என்று கூறும்.

சிவபிரானுடைய ஆற்றலைப் பெற்ற அம்சம் முருகன், கார்த்திகை மாதருக்கு மகவாய் வளர்ந்தவன் என்ற செய்திகள் எல்லாக் கதைகளுக்கும் பொதுவானவை. அக்கினியினால் தாங்கப் பெற்றதனால் அக்கினி குமாரன் என்றும், சரவணப் பொய்கையில் திருவவதாரம் செய்தமையால் சரவணபவன் என்றும், கார்த்திகை மாதரால் வளர்க்கப்பெற்றமையினால் கார்த்திகேயன் என்றும் முருகனுக்குத் திருநாமங்கள் வந்தன.

முருகன் திருவவதாரத்தோடு சம்பந்தமுடைய திரு நாமங்கள் சிவகுமாரன், அக்கினிகுமாரன், சரவண பவன், கார்த்திகேயன் என்பன.

கார்த்திகேயன்

நக்கீரர் முதலில் புலவனுக்கு முருகன் திருவவதாரத்தை நினைப்பூட்டுகிறார்.

முருகன் சிவபெருமானிடத்தில் தோன்றியவன். அவனுடைய அம்சம் வெளிப்பட அதனை முதலில் ஏந்திச் செவ்விபெறச் செய்தவன் அக்கினி அக்கினி தாங்கித்தர, அப்பால் அதன் பகுதிகளைக் கார்த்திகை மாதர் தாங்கினர். அவர்கள் தாங்கிச் சூல் முதிர்ந்து கருவுயிர்த்து இமயமலைச் சாரலிலே உள்ள, தருப்பை அடர்ந்த பசிய சுனையாகிய சரவணப் பொய்கையிலே தாமரை மலர்களிலே விட்டார்கள். ஆதலால், "ஐந்து பூதத்தலைவர்களுள் ஒருவனாகிய அக்கினி தன் கையிலே ஏற்கவும், பிறகு ஆறு கார்த்திகை மாதர் பெறவும்

ஆறு வடிவுடனே எழுந்தருளிய திருவருட் செல்வனே, கார்த்திகேயா" என்று முருகனைப் போற்றுவாயாக.

நெடும்பெருஞ் சிமையத்து நீலப் பைஞ்சுனை
ஐவருள் ஒருவன் அங்கை ஏற்ப
அறுவர் பயந்த ஆறமர் செல்வ!

(உயர்ந்த பெரிய இமாசலத்தின் உச்சியில் நீல நிறமுடைய தருப்பை வளர்ந்த பசிய சுனையிலே, ஐம்பூதத் தலைவருள் ஒருவன் தன் கையிலே ஏற்றுக் கொடுக்க, ஆறு முனிவருடைய மனைவியர் பெற் றெடுத்த ஆறு திருவுருவங்களோடு அமர்ந்த செல்வனே!

சிமயம் - சிகரம். நீலம் - தருப்பை.)

சிவகுமாரன்

தேவர்களெல்லாம் சூரனுடைய கொடுமைக்கு ஆற்றாமல் தம் வாழ்வை இழந்து கலங்கித் தவித்தார்கள். சிவபிரான் வடவாலின் கீழே தென்திசை நோக்கித் தவஞ்செய்து கொண்டிருந்தான். அப்பிரான் பார்வதியை மணந்து ஒரு திருமகனைத் தந்தருளினால் தம் துயர் நீங்குமென்று உணர்ந்த தேவர் காமனைக் கொண்டு தக்ஷிணாமூர்த்தியின் தவத்தைக் கலைத்தனர். ஆல்கெழு கடவுளாகிய அவனே பார்வதியை மணந்து முருகன் திருவவதாரம் நிகழத் திருவருள் செய்தான்.

ஐவருள் ஒருவனாகிய அக்கினி ஏந்த, ஆறு மாதர் பெற்றெடுக்க வந்தவனெனில், முருகனுடைய பெருமை முற்றும் புலப்படாதோ என்று சந்தேகப்பட்டார் நக்கீரர். முருகன் இவ்வாறு திருவவதாரம் செய்தாலும், தான் அசையாவிடின் உலகமே அசையாதென்பதைக் காட்டும் திருக்கோலத்தில் மோனமுத்திரையோடு வீற்றிருந்தருளும் சிவபிரானுடைய திருமகன் அவன் என்பதை உடனே நினைவுறுத்துகிறார்.

அவன் பரமயோகியாகிய தக்ஷிணாமூர்த்தியின் புதல்வன். ஆதலால், 'ஆல்கெழு கடவுட் புதல்வ' என்று ஏத்துவாயாக.

ஆல்கெழு கடவுட் புதல்வ.

(ஆலமரத்தின் அடியிலே வீற்றிருக்கும் தக்ஷிணா மூர்த்தியின் திருமகனே!)

பார்வதி நந்தனன்

தக்ஷிணாமூர்த்தி தானே முருகனை உண்டாக்கி விடவில்லை. சக்தனும் சக்தியும் சேர்ந்தால்தான் உலகுக்கு இன்பம் உண்டாகும். யோகி யோகியாகவே நின்றிருந்தால் உலகத்தில் இயக்கம் இல்லாமற் போகும். யோகி அருளுடையவனாகி, அந்த அருளே உருவமாகிய தேவியோடு ஒன்றுபட்டால் தான் கருணை பெருக்கெடுத்து ஓடும்; உலகில் உயிர்ப்பயிர் விளையும். சிவபிரான் மலைமகளை மணந்து முருகனை ஈந்தா னென்பதன் கருத்து இதுதான். முருகன், 'ஆல்கெழு கடவுட் புதல்வன்' மாத்திரம் அல்லன்; மலைமகள் குமாரனும் ஆவான்; ஆகையால் அவனை, பெரிய பக்க மலைகளையுடைய இமாசலத்தின் புத்திரியாகிய பார்வதியின் திருமகனே!" என்று போற்றுவாயாக.

மால்வரை
மலைமகள் மகனே!

(பெருமையும் பக்க மலைகளையும் உடைய இமா சலத்தின் மகளுக்கு மகனே!

வரை - மலை; மூங்கிலடர்ந்த மலையென்றும் சொல்லலாம்.)

முருகன் பெருவீரன். தேவர்கள் தம் பகையைப் போக்க வேண்டும் என்று வேண்ட, அதனை நிறைவேற்றுவதையே தலைமையாகக் கொண்டவன். திருவவதாரம் செய்தபோதே தன்னை எதிர்த்த இந்திரனைப் புறங்காட்டி ஓடச் செய்தவன். யாராக இருந் தாலும் எதிர்ப்பாராயின் அவர்களுக்கு யமனாக இருப்பவன் அவன். ஆதலின், "மாற்றோர் கூற்றே!" என்று புகழ்வாயாக.

மாற்றோர் கூற்றே!

(பகைவர்களுக்கு யமனைப் போன்றவனே!)

வீரமும் வெற்றிமிடுக்கும் உடையவனாகி மாற்றோர் கூற்றாக இருப்பதற்குக் காரணம், அவன் யாவர்க்கும் வெற்றியைத் தரும் பிராட்டியின் புதல்வன், வெல்லுகின்ற போர்களிலே புகழப்படுபவள் கொற்றவை; துர்க்காதேவி. வென்றவர்கள் அந்தத் தேவியை வழிபட்டுப் போற்றுவார்கள். எனவே, வெற்றிக்கும் வெல்லும் போருக்கும் துணையாக நிற்கும் தெய்வம் கொற்றவை. அந்தக் கொற்றவையின் புதல்வன் முருகன்.

வெற்றி வெல்போர்க் கொற்றவை சிறுவ!

(வெற்றியையும் வெல்லும் போரையும் உடைய துர்க்கையின் புதல்வனே!)

சாந்தமயமான உருவோடு திரு அவதாரம் செய்து சிவபெருமானுக்கு இன்பத்தை ஆக்கியவள் மலை மகள்; அவளுக்குப் புதல்வன் முருகன். வீரம் செறிந்தவள் துர்க்கை. அவளுக்கும் புதல்வன் முருகன். இவ்வாறு கூறுதல் முரண்பாடன்றோ என்று தோற்றும். மலைமகளும் துர்க்காதேவியும் பராசக்தியின் வெவ்வேறு அம்சங்கள். முருகன் அந்த மூலமாகிய சக்திக்கே குமரன். ஆதலால் பராசக்தியின் பல்வேறு அவதாரங்களுக்கும் அவன் புதல்வனே ஆகிறான். எல்லா அவதாரங்களுக்கும் காரணப் பொருளாகிய பழமையிலும் பழைய சக்தியாகி நிற்கும் பிராட்டி யாரோ அந்தப் பழையவளுடைய குழந்தை முருகன். அவள் பேரழகி; இழையெல்லாம் அணிந்த சிறப்பை உடையவள்.

இழை அணி சிறப்பிற் பழையோள் குழவி!

(ஆபரணங்களை அணிந்த பெருமையையுடைய பழையவளாகிய பராசக்தியின் குழந்தையே!)

தேவசேனாதிபதி

முருகன் தேவர்களுக்குப் பாதுகாவலனாக இருப் பவன். தேவர் படைகளுக்குத் தலைவன். அவர்களுடைய வணக்கத்துக்கு அந்த வகையிலும் உரியவனாக இருப்பவன். அவன் திருக்கரத்தில் வேலோடு வில்லும் உண்டு. வானோர் வணக்கத்தை ஏற்றருளி, கோதண்டபாணியாகக் காட்சி அளித்து, அவர்களுடைய சேனைக்குத் தலைமை பூண்டு விளங்கும் தேவசேனாதிபதி முருகன்.

வானோர் வணங்குவில் தானைத் தலைவ!

தேவர்கள் வணங்குகின்ற, வில்லைக் கையிலே பிடித்த படைத்தலைவனே! 'வணங்கு வில்' என்று கூட்டி வளைந்த வில்லையுடைய என்றும் சொல்லலாம்.)

மாலை மார்பன்

இன்பநிலை அருளும் முருகப்பிரான் என்றும் இன்ப நிலையிலே எழுந்தருளியிருக்கிறான். இல்லறத்தார் ன்பம் பெற்று வாழத் திருவருள் செய்பவன் அவன். தேவயானையையும் வள்ளியெம்பிராட்டியையும் மணந்து இன்பம் துய்ப்பவன். போகப் பொருளை வழங்குபவன் அவன். அவற்றை ஏற்றுக் கொள்பவனும் அவன். அழகும் இன்பமும் நிறைந்த அவன் திருமார்பில் கடம்ப மாலை புரள்கின்றது. போகத்துக்குரிய மாலை அது.

மாலை மார்ப!

(போகத்துக்குரிய மாலையை அணிந்த திருமார்பை உடையவனே!)

நூலறிபுலவன்

முருகன் எல்லாம் அறிந்தவன். மெய்ஞ்ஞான பண்டிதன். ஞானமே திருவுருவாக உடையவன். சங்கத்தில் தமிழ்ப்புலவனாக வீற்றிருந்தவன். அகத்தியர்

முதலியோருக்குத் தமிழை உபதேசம் செய்தவன். செந்தமிழ் நூல்விரித்தோன். "சங்கத் தமிழின் தலைமைப் புலவா" என்று குமரகுருபரர் அவனைப் பாராட்டுகிறார்.

நூல் அறி புலவ!

(எல்லா நூல்களையும் அறியும் பேரறிவுடையவனே!)

இதற்கு வேறொரு வகையாகவும் பொருள் கூறலாம். நூல் என்பது இலக்கணத்துக்குப் பெயர். தொல்காப்பியத்தில் இலக்கணத்தையே நூல் என்று வழங்குகின்றார் ஆசிரியர் தொல்காப்பியர். ஆகையால் இதற்கு, "இலக்கணநூலை ஆராய்ந்து அறியும் புலவனே!" என்றும் பொருள் கொள்ளலாம். சிறந்த புலவனென்று ஒருவனைச் சொல்ல வேண்டுமானால் அவன் இலக்கணத்தில் வல்லவனாக இருக்கவேண்டும். இலக்கணம் தெரியாதவர்கள் எத்தனை படித்தாலும், எங்கே தவறு செய்து விடுவோமோ என்ற பயம் உள்ளூற இருந்துகொண்டே இருக்கும்.

"எழுத்தறிவார் கல்விப் பெருக்கம் அனைத்தும் எழுத்தறிவார்க் காணின் இலையாம்"

என்று சிவப்பிரகாச சுவாமிகள் சொல்லியிருக்கிறார்.

முருகன் வடமொழியில் ஓர் இலக்கண நூல் இயற்றியதாகவும், அதற்குக் கௌமார வியாகரணம் என்ற பெயர் வழங்குமென்றும் கூறுவர். தமிழில் அவன் இலக்கண நூல் இயற்றியதாகத் தெரியவில்லை யாயினும், இலக்கண இலக்கியங்களை அகத்திய முனிவருக்கு உரைத்தவனென்ற செய்தியைப் பல இடங்களிலே காணலாம்.

இதைவிடப் பெரிது ஒன்று உண்டு. இலக்கண நூலை மதிப்பிட்டு அறியும் புலவன் அவன். இறை யனாரகப் பொருள் உரை வெளிப்பட்ட கதை இங்கே நினைப்பதற்குரியது.

கடைச்சங்க காலத்தில் ஒரு சமயம் பாண்டி நாட்டில் பஞ்சம் வந்துவிட்டது. அது பன்னிரண்டு ஆண்டு இருந்ததாம். தன் நாட்டில் பஞ்சம் வந்தது தெரிந்த பாண்டிய மன்னன், அதனைப் போக்கத் தன்னால் இயன்ற காரியங்களை யெல்லாம் செய்யலானான். தன் குடிமக்களுக்கு வேண்டிய உதவிகளை யெல்லாம் செய்தான். அவனுக்கு ஒரு யோசனை தோன்றியது. 'நம் குடிமக்கள் தம்முடைய ஊரை விட்டுப் போகமாட்டார்கள். பஞ்சகாலத்துக்கு ஏற்றபடி அடங்கி வாழ்வார்கள். ஆனால் சங்கப் புலவர்களையும் அப்படி வாழச் செய்வது அபசாரம். அவர்களுக்கு எவ்வகையிலும் குறைவு நேர்தல் கூடாது. அவர்களுக்கு யாதும் ஊரே; யாவரும் கேளிர். ஆகையால் தங்களுக்கு உவப்பான இடங்களிலே போய் இருந்து சுகமாக அவர்கள் வாழும்படிச் செய்யவேண்டும்' என்று எண்ணினான்.

உடனே புலவர்களை அணுகி, 'பெரியவர்களே இந்தப் பஞ்சகாலத்தில் வசதிகளைக் குறைத்துக் கொண்டு வாழும் அவசியம் இந்த நாட்டினருக்கு ஏற்பட்டிருக்கிறது. உங்களுக்கு அந்த அவசியம் இல்லை. உலகமெல்லாம் உங்களை ஏற்றுக்கொள்ளச் சித்தமாக இருக்கிறது. உங்களைப் பிரிவது எனக்குத் துயரத்தைத் தருவதானாலும் சுகமாக இருக்கவேண்டிய நீங்கள் அரைவயிறு உண்டு வாழ என் உள்ளம் இடம் கொடுக்கவில்லை. ஆதலால் தங்களுக்கு விருப்பமான இடங்களுக்குச் சென்று வாழுங்கள். இறைவன் திருவருளால் பழையபடி நாடு நல்ல நிலைக்கு வரும்போது உங்களையெல்லாம் அழைத்து வந்து மீண்டும் உங்கள் பழக்கத்தால் வரும் இன்பத்தை அடைவேன்' என்றான்.

புலவர்கள் அதற்கு இணங்கிப் பல பல இடங்களுக்குச் சென்று வாழ்ந்து வந்தார்கள். இப்படிப் பன்னிரண்டு ஆண்டுகள் கழிந்தன. அந்தக் காலம் முழுவதும் மதுரையில் சங்கம் நடைபெறவில்லை. உணவுப் பஞ்சத்தைக் காட்டிலும் தமிழ்ப்பஞ்சம் பாண்டியனுக்கு மிகுதியான துன்பத்தை உண்டாக்கியது. பஞ்சம் நீங்கும் அறிகுறிகள் தோன்றியவுடன் முதல் காரியமாக அவ்வவ் விடங்களுக்கு ஆள்விட்டுப்

புலவர்களையெல்லாம் அழைத்து வரச் செய்து உபசாரம் செய்யத் தொடங்கினான்.

பஞ்சம் உண்டானபோது மதுரையை விட்டுப் போன புலவர்களில் சிலர் போன இடங்களில் பற்றுக் கொண்டு இருந்துவிட்டார்கள். ஆகவே, போனர்கள் எல்லோரும் திரும்பிவரவில்லை. வந்த புலவர்களை உபசரித்து மீட்டும் சங்கத்தைக் கூட்டி யாதொரு குறைவு மின்றி நடைபெற்று வரும்படிச் செய்தான் பாண்டிய மன்னன்.

தமிழிலக்கணத்தில் எழுத்து, சொல், பொருள் என்று மூன்று பெரும் பிரிவுகள் உண்டு. அந்த இலக்கணங்களைத் தனித்தனியே ஆராய்ச்சி செய்த புலவர்கள் இருந்தார்கள். பொருள் இலக்கணம் அகப்பொருள் என்றும் புறப்பொருள் என்றும் இரண்டு பிரிவுகளை உடையது. எல்லா இலக்கணத்திலும் வல்ல புலவர்கள் சங்கத்தில் இருந்தார்கள். அகப்பொருள் இலக்கணத்தில் பொதுவாகத் தேர்ச்சி பெற்றவர்கள் இருந்தாலும், சிறப்பாக அதை ஆராய்ச்சி செய்து இலக்கணம் வகுக்கும் நிலையில் இருந்த புலவர்கள் இல்லை. மீட்டும் அந்தத் துறையிலே புகுந்து ஆராய்ந்து நூல் இயற்ற வல்லவர்களாகக் கூடும். ஆயினும் முன்பே அந்தத்துறையில் தீவிரமாகப் புகுந்து ஆராய்ந்து முடிவுகண்ட புலவர்கள் பஞ்சத்தில் வெளிநாட்டுக்குச் சென்றவர்கள் வரவில்லை. தொல்காப்பியத்தில் அகப்பொருள் இலக்கணம் இருந்தாலும் தனியே அகப்பொருள் பற்றி ஓர் இலக்கணம் புலவர்களைக் கொண்டு வகுக்கவேண்டும் என்று பாண்டியன் எண்ணியிருந்தான். இடையிலே பஞ்சம் வரவே, அவன் கருத்து நிறைவேறவில்லை. பஞ்சம் தீர்ந்த பிறகோ புலவரைக் காணவில்லை.

அகப்பொருள் தமிழுக்கே சிறப்பாக அமைந்த ஒன்றென்று புலவர்கள் சொல்வார்கள். பிற மொழிகளில் அகப்பொருளிற் சொல்லப்பெறும் காதலைப் பற்றிய துறைகள் இருந்தாலும், இலக்கண வரையறையோடு அதனை ஒழுங்குபடுத்திய சிறப்பு, தமிழுக்கே உரியது என்பது அவர்கள் கருத்து. அந்த

இலக்கணத்தைச் சிறப்பாக ஆராய்ச்சி செய்துவைத்தவர்கள் வராதது பாண்டியனுக்குக் குறையாக இருந்தது. தமிழுக்கே பெருமை தரும் அந்தப் பகுதி இல்லாமல் மற்றப் பகுதிகள் மாத்திரம் இருந்தால், தலை இல்லாத உடம்பு போல இருக்குமே என்று நினைத்தான்.

பாண்டியன் சிவபக்தன். மதுரையிலே திருக்கோயில் கொண்டிருக்கும் சோமசுந்தரக் கடவுளை மறவாமல் வழிபடுபவன்; இம்மைக்கும் மறுமைக்கும் அந்தப் பெருமானே தனித்துணைவன் என்பதை உறுதியாக நம்புகிறவன். ஆகையால் சோமசுந்தரக் கடவுளை அவன் தரிசிக்கும் போதெல்லாம், 'அகப் பொருள் ஆராய்ச்சியும் அகப்பொருள் நூல் செய்யும் ஆற்றலும் உள்ள புலவர் இல்லையே!' என்ற வருத்தத் தோடு, "புதிய அகப்பொருள் நூல் ஒன்று இயற்றுவார் கிடைக்கவில்லையே! என் விருப்பம் நிறைவேறவில்லையே!" என்று முறையிட்டான்.

இப்படி இருக்கையில், இறைவன் எழுந்தருளிய இடத்தில் பீடத்தின் கீழே ஒருநாள் கோயிற் குருக்கள் சுத்தம் செய்தபோது ஏதோ சப்தம் உண்டாயிற்று. என்ன வென்று பார்க்கையில் தாமிரத் தகடுகளைப் போல இருந்தன. ஆம்; செப்பேடுகளே. அவற்றைக் குருக்கள் எடுத்துப் பார்த்தார். ஏதோ எழுதியிருந்தது. அதுகாறும் அவை அங்கே இருந்ததாகத் தெரியவில்லை. அன்று அவை கிடைத்தது அற்புதச் செயலாக இருந்தது.

இந்த அற்புதம் அரசன் காதுக்கு எட்டியது. திருக்கோயிலுக்கு வந்து அந்தத் தாமிரத் தகடுகளை எடுத்துச் சென்று தமிழ்ச்சங்கத்தில் வைத்துப் புலவர்களைக் கொண்டு ஆராயச் செய்தான். என்ன ஆச்சரியம்! அது ஓர் அகப்பொருள் இலக்கண நூலாக இருந்தது. அறுபது சூத்திரங்கள் அடங்கிய நூல். அது ஆலவாய்ப் பெருமானே தன்முறையீட்டுக்குத் திருவுள்ளம் இரங்கி அதைத் தானே இயற்றி வழங்கினானென்று பாண்டியன் எண்ணினான். மற்றவர்களும் அப்படியே துணிந் தார்கள். பாண்டியனுக்கு உண்டான

மகிழ்ச்சிக்கு அளவு ஏது? கூத்தாடிப் பாராட்டிச் சிவபிரானது கருணைத் திறத்தை வியந்து சோமசுந்தரக் கடவுள் முன் சென்று அடி வீழ்ந்து ஆடிப்பாடி உருகிப் புளகாங்கிதம் அடைந்தான்.

சூத்திர உருவத்தில் அமைந்த அந்த அகப்பொருள் இலக்கணம் ஆலவாய் இறைவனால் அளிக்கப்பட்டமையின் அதற்கு 'இறையனார் அகப்பொருள்' என்ற பெயர் அமைந்தது.

சுருங்கிய சூத்திர உருவத்தில் அமைந்த அந்த நூலுக்கு உரை எழுதினால்தான் யாவருக்கும் அது பயன்படும். ஆதலின் அந்த நூலுக்கு விரிவான உரை ஒன்று வேண்டுமென்று பாண்டியன் விரும்பினான். அவன் விருப்பத்தை நிறைவேற்றச் சங்கப் புலவர்கள் இருக்கும்போது என்ன குறைவு? நாற்பத்தொன்பது புலவர்கள் இருந்தார்கள். அவர்கள் கூடியிருக்கும்போது பாண்டியன் தன் கருத்தைத் தெரிவித்தான். அந்தப் புலவர்கள் அனைவரும் இறைவன் நூலுக்கு உரை எழுதுவதனைப் பெரும் பேறாக எண்ணி ஆர்வத்தோடு தொடங்கினார்கள்.

உரைகள் முற்றுப்பெற்றன. நாற்பத்தொன்பது பேரும் நாற்பத்தொன்பது உரைகள் எழுதினால் எதனைக் கொள்ளுவது? எதனைத் தள்ளுவது? புலவர்கள் அனைவரும் நல்லிசைச் சான்றோர்; தமிழறிவுக்கு எல்லை நிலத்தில் இருப்பவர்கள். அவர்கள் வகுத்த உரையை மதிப்பிட்டு, இதுவே சிறந்தது என்று சொல்லும் வன்மை யாருக்கு உண்டு?

பாண்டியன் தர்ம சங்கட நிலைக்கு உள்ளானாள். இறுதியில், 'எந்த இறைவன் நம்குறை கண்டு இரங்கி நூலை அருளினானோ அவனிடத்திலே சென்று இதற்கு ஒரு முடிவை வேண்டலாம்' என எண்ணி, சோமசுந்தரக் கடவுளிடம் சென்று தன் குறையை விண்ணப்பித்துக் கொண்டான்.

பாண்டியனது உண்மை அன்பைக் கண்ட இறைவன் அசரீரியாக, "இந்த நகரில் வணிகர் வீதியில் உப்பூரி குடிகிழார் வீட்டில் ஐந்து வயசுள்ள பிள்ளை ஒருவன் இருக்கிறான். அவன் ஊமை. அவனுக்கு ருத்திர ஜன்மன் என்று பெயர்.

அவன் முருகனுடைய அவதாரம். அவனை உரிய மரியாதைகளுடன் அழைத்து வந்து உயர்ந்த பீடத்தில் இருத்தி உரைகளை வாசிக்கச் செய்தால், எதனைக் கேட்கும்போது புளகாங்கிதம் அடைந்து கண்ணீர் பெருக்குகிறானோ அதுவே மெய்யுரையென்று கொள்ளுங்கள்'' என்று அருளினான்.

பாண்டிய மன்னன் இறைவன் திருவருளை வியந்து, ருத்திரஜன்மனை அழைத்து வந்து சங்கத்தில் உயர்ந்த ஆசனத்தில் இருத்தித் தக்க உபசாரங்களைச் செய்வித்தான். பிறகு புலவர்கள் தாங்கள் எழுதிய உரையை வாசிக்கத் தொடங்கினார்கள். பலர் வாசித்தும் இளங்குமரன் அசையவே இல்லை. நேரம் ஆக ஆகப் பாண்டியன் உள்ளம் தத்தளித்துக் கொண்டிருந்தது. மருதன் இளநாகனார் என்ற புலவர் வாசித்தபொழுது ஒவ்வொரு சமயம் அந்தக் குமரனுக்கு உடம்பு குலுங்கியது. அப்பால் நக்கீரர் தாம் எழுதிய உரையை வாசிக்கும் பொழுது அடுத்தடுத்துப் புளகாங்கிதம் அடைந்து கண்ணீர் பெருக்கினான். உள்ளே பெருகிய ஆனந்தத்தை மெய்ப்பாடுகளால் வெளிப்படுத்தினான். அதனால், நக்கீரர் உரையே இறையனார் அகப் பொருளுக்குச் சிறந்ததென்று யாவரும் துணிந்தனர். அதுவே புலவர்களுக்கும் சம்மதமாயிற்று. அந்த உரையே அது முதல் தமிழ்நாட்டில் வழங்கிவரத் தொடங்கியது.

இவ்வாறு அகப்பொருள் இலக்கண நூலுக்கு எது ஏற்ற உரை என்று அறிந்து தெரிவிப்பதற்கு முருகன் ருத்திர ஜன்மனாக வந்து உதவினான். நக்கீரர் தம் சொந்த அனுபவத்தில் முருகன் இலக்கணத்தின் உரையை ஆராய்ந்து தேரும் அறிஞனாக இருந்ததை உணர்ந் தவராதலின், அதனை நினைந்து, 'நூலறி புலவ' என்று சொல்லியிருப்பது பொருத்தம் அல்லவா?

ஒரு தனி வீரன்

முருகன் போர்த்தொழிலில் வல்லவன். பகைவர்களை அடுவதில் அவனினும் சிறந்தோர் இல்லை. உலகத்தில் நிகழ்ந்த பெரும் போர்களுள் மிகக் கொடிய போரென்று

மூன்றைச் சொல்வார்கள். மகாபாரத யுத்தம், ராம ராவண யுத்தம், சூர சங்காரம் என்பன அவை. ஒன்றினைவிட ஒன்று பெரியது. பகைவர்களும் ஒரு வகையாரினும் மற்றவர் கொடியவர். போர் நிகழ்ந்த காலமும் ஒன்றைவிட ஒன்று நீண்டது. பாரத யுத்தம் *18* நாள் நடந்ததென்றும், ராம ராவண யுத்தம் *18* மாதங்கள் நடந்ததென்றும், சூர சங்காரம் *18* வருஷங்கள் நடந்ததென்றும் கூறுவது வழக்கம். பதினெட்டாண்டு நிகழ்ந்த சூரனுடைய போரே பெரிது. சூரனும் மிக்க வலிமையை உடையவன். அவனோடு போர் புரிந்து வென்ற முருகன் பெருவீரன். யுத்தத்தில் ஒப்பாரும் மிக்காரும் இல்லாதவன் அவன்; அப்படிப் பொருவதற்கு ஏற்ற வீரமும் இளமையும் உடையவன்.

செருவில் ஒருவ! பொருவிறல் மள்ள!

(போரில் ஒப்பில்லாத ஒருவனாக விளங்குபவனே!
பொருகின்ற வெற்றியினையும்

வெற்றியினையும் இளமையையும் உடையவனே!)

பெரும்புகழாளன்

முருகன் வேள்வி காவலன்; வேதப் பொருளாக இருப்பவன். அந்தணர்களது வேள்வியும் மறை வளமும் அவன் திருவருளால் இனிது நிலவும். அதனால் அவனுக்குப் 'பிராம்மணப் பிரியன்' என்ற திருநாமமும் உண்டு. வேதோபநிஷதங்களை ஆராய்ந்து ஞான நெற்றிக்கண் செலுத்தும் சிந்தை படைத்த அந்தணர்களுக்கு ஞானமே திருவுருவாக அமைந்த முருகனே செல்வம். "வேதியர் வெறுக்கையும்" என்பது திருவகுப்பு.

உலகத்துப் பொருளையும் உயிர்த்தொகுதியின் இயல்பையும் இறைவன் தன்மையையும் உணர்ந்தவர்கள் மெய்ஞ்ஞானிகள். உண்மை உணர்வுடைய அவர்கள் உண்மையல்லாதவற்றைப் பேசமாட்டார்கள். உண்மையல்லாத செயலைச் செயலாக எண்ணமாட்டார்கள். எல்லாச் செயலுக்கும் ஆதிகாரணன்

இறைவன் என்பதை உணர்ந்து அவனே எல்லா வினைக்கும் கர்த்தா என்று அறிவார்கள். எவன் ஒரு காரியத்தைத் திறம்படச் செய்வானோ அவனையே சொல்லாற் புகழ்தல் வேண்டும். அந்தப் புகழ்தான் உண்மையான புகழ். திருவள்ளுவர், "இறைவன் பொருள்சேர் புகழ்' என்று அதைக் குறிப்பர். மெய்ப்பொருளை யார் அறிந் தனரோ அவரே மெய்யான புகழைச் சொல்வார்கள். மெய்ப் பொருள் உணர்ந்தவர்கள் தம்முடைய சொற்களாலே, இவன்தான் எல்லா செயல்களுக்கும் உண்மையான கர்த்தன் என்றெண்ணி முருகனைப் புகழ்கிறார்கள். "பெருமை பெறு நினதுபுகழ் பேசவேண்டும் பொய்ம்மை பேசாதிருக்க வேண்டும்" என்று இராமலிங்க வள்ளலார் முருகனை வேண்டுகின்றார். அவன் புகழல்லாதன பொய்ப்புகழென்பது அவர் குறிப்பு. முருகன் திருவருளில் ஊறிய அருணகிரிநாதர் தாம் இயற்றிய சந்தப் பாடல்களுக்குத் திருப்புகழ் என்ற பெயரை முருகன் ஆணைப்படியே சூட்டினார். குறளிற் சிறந்ததற்குத் திருக்குறளென்று பெயர் அமைந்தது போல, புகழிற் சிறந்ததற்குத் திருப்புகழ் என்ற பெயர் அமைந்தது.

ஆதலின் மெய்யை அறிந்தவர்கள் புகழ்கின்ற சொற்களெல்லாம் கூடும் இடமாக முருகன் இருக்கிறான். அந்தச் சொற்களின் தொகுதியாகவே அவன் விளங்குகிறான்.

அந்தணர் வெறுக்கை! அறிந்தோர் சொன்மலை!

(அந்தணர்களுடைய செல்வமாக இருப்பவனே! மெய்யை உணர்ந்தவர்களுடைய சொற்களெல்லாம் தொக்க தொகுதியாக விளங்குபவனே!)

காதல் வீரன்

காதலும் வீரமும் உலக வாழ்வுக்கு இன்றியமை யாதன; அன்பைப் பெருக்கவும், வன்பைச் சுருக்கவும் இவ்விரண்டும் உதவுகின்றன. ஆக்குவதும் அழிப்பதுமாக அமைந்த இரண்டு ஆற்றல்களிலே, மேன்மேலும் இன்பத்தை ஆக்குவதற்கு மூலமான சக்தியாக இருப்பது காதல். உலக வாழ்வில்

இன்பத்தையும் ஒற்றுமையையும் குலைத்துத் துன்பத்தையும் குழப்பத்தையும் விளைவிப்பது பகையுணர்ச்சி; அதைப் போக்கி அழித்துச் சாந்தியை நிலைநிறுத்துவது வீரம். குழப்பமடைந்த உலகில் அதனை நீக்கி அமைதியை உண்டாக்குவது வீரம். அந்த அமைதியிலே இன்பப்பயிர் விளைப்பது காதல். முன்னது புறத்தே நிகழ்வது; சுற்றிச் சூழ உள்ள களைகளைப் போக்கும் தொழில் போன்றது; அதனைப் புறமென்று வகுப்பர் தமிழர். பின்னது அகத்தே நிகழ்வது. உள்ளத்தின் உருக்கத்திலே அன்பு விளையும். அதனை அகம் என்று தமிழர் கூறுவர். ஆணும் பெண்ணுமாக இரு வேறு பகுதிப்பட்டு நிலவும் உலகில், ஆண் வீரம் மிக்குப் புறத்தே பகை கடிந்து மைந்தரேறாக விளங்கிப் பிறகு காதல்மிக்க மங்கையுடன் அகத்தே இன்ப வாழ்வு நடத்துவான். உலகில் பகையுணர்ச்சி இருப்பின் உள்ளத்தே காதல் முகிழ்க்காது. வீடு இன்பத்தின் நிலைக்களமாக இருக்கவேண்டுமாயின் நாடு அமைதியாக இருக்க வேண்டும்.

வீரத்திற் சிறந்த முருகன் வேலை ஏந்தியிருக்கிறான். அதனைக் கொண்டு அவன் அடைந்த வெற்றிக்குக் கணக்கில்லை. மெய் வீரர்களுக்கு வெற்றியே செல்வம். முருகன் அந்தச் செல்வத்தில் நிரம்பியவன். வேல் பிடித்திருக்கும் திருக்கரம் எத்தனையோ வெற்றியைக் கண்டது. அந்த வெற்றியினால் வந்த செல்வம் அனைத்தையும் அந்தத் திருக்கரத்தினாலே தேவருக்கும் முனிவருக்கும் வழங்கி இன்புறுபவன் முருகன். அந்தத் திருக்கரத்துக்கு வெற்றியே செல்வம்: வெற்றியாற் பெற்ற பொருளை ஈயும் வண்மையே பெருஞ்செல்வம்.

வேல்கெழு தடக்கைச் சால்பெருஞ் செல்வ!

(வேல் பொருந்திய பெரிய கைகளால் அமைந்த பெரிய செல்வத்தை உடையவனே!)

கிரவுஞ்ச சங்காரன்

முருகன் கிரவுஞ்ச கிரியை வேலாலே பொடிபட அழித்த வெற்றியை உடையவன். மலையுருவாக எங்கும் பறந்து

சென்ற கிரவுஞ்சாசுரனை வதைத்த இந்த வெற்றியைப் பழங்கால நூல்கள் பலபடப் பாராட்டும். 'குன்றம் எறிந்த குமரவேள்' என்ற தொடர் உரைகளில் வழங்கும். முன்பு வெற்றிச் செல்வத்தை உடையவன் என்று சொன்னவர், உடனே அதற்கு உதாரணமாக, கிரவுஞ்ச மலையை அழித்த வெற்றி என்றும் குன்றாமல் இருப்பது என்று சொல்கிறார்.

அவன் ஒரு குன்றத்தைக் கொன்றாலும் மலைகளுக்கெல்லாம் தலைவன். ஆகாயத்தை முட்டி அளாவிய மலைகளையுடைய குறிஞ்சித் திணைக்குத் தெய்வம் அவன். "சேயோன் மேய மைவரை உலகமும்" என்று முதல் திணையாகிய அதற்கு முருகனைத் தெய்வமாகக் கொண்டு போற்றும் தமிழ் மரபைத் தொல்காப்பியம் சொல்கிறது.

குன்றம் கொன்ற குன்றாக் கொற்றத்து
விண்பொரு நெடுவரைக் குறிஞ்சிக் கிழவ!

(கிரவுஞ்ச மலையை அழித்த, என்றும் குறையாத வெற்றியையுடைய, வானத்தை முட்டும் உயர்ந்த மலை களையுடைய குறிஞ்சி நிலத்துக்கு உரிமை பூண்டவனே!)

புலவர் தலைவன்

முருகன் புலவர் தலைவன்; ஞானியருள் ஞானி. அவனைப் பலரும் புகழ்கின்றனர். சைவ வைணவ சமயத்தினரும் அவனைப் புகழ்கின்றனர். நல்ல மொழிகளாலே புகழ்ந்து பாராட்டுகின்றனர். "சங்கத் தமிழின் தலைமைப் புலவா" என்றார் ஒரு புலவர்.

பலர்புகழ் நன்மொழிப் புலவர் ஏறே!

(சாதியாலும் சமயத்தாலும் வேறுபட்ட பலரும் புகழும் நல்ல மொழிகளையுடைய, புலவர்களுக்குள் ஆண் சிங்கம் போன்ற தலைவனே!)

'கல்வியால் மதம் பெற்ற யானை போன்ற புலவர்களுடைய செருக்கை அடக்கும் ஆண் சிங்கம் போன்றவனே' என்று உரை கூறுவார் நச்சினார்க்கினியர்.

பெருஞ்செல்வன்

மக்கள் இம்மையிலே அடைகின்ற செல்வங்களுக்குள்ளே பல யாவருக்கும் எளிதிற் கிடைப்பன அல்ல. மறுமையாகிய சுவர்க்கமென்னும் செல்வமோ மிகவும் அரிது. முத்தியென்னும் பெரும்பேறாகிய செல்வம் அரிதினும் அரிது. அரிதிற் பெற வேண்டிய அமைதியையுடைய அந்தப் பெரும் பொருளை உடையவன் முருகன்.

அரும்பெறல் மரபிற் பெரும்பெயர் முருக!

(அருமையாகப் பெறுதலாகிய முறையையுடைய பெரிய பொருளாகிய முத்திச் செல்வத்தையுடைய முருகனே! பெயர்-பொருள்.)

'எல்லோருக்கும் பெறுவதற்கு அரிய முறைமை யினையுடைய பெரிய பெயரைப் படைத்த முருகனே' என்றும் பொருள் கொள்ளலாம். முருகன் என்ற திருநாமம் தனக்கேயுடையவன் அவன் என்ற குறிப்பை வெளிப்படுத்துவது இப்பொருள். "சிவனெனும் பெயர் தனக்கேயுடைய செம்மேனியம்மான்" என்று தேவாரம் சொல்வது போன்றது இது.

முருகு என்னும் சொல்லுக்கு மணம், இளமை, அழகு, தெய்வத்தன்மை முதலிய பல பொருள்கள் உண்டு. அவற்றை உடையவன் முருகன். என்றும் குன்றாத இளமையும் என்றும் அழியாத அழகும் உடையவனாக வடிவேற் பெருமான் இருப்பதால் அந்தப் பெயர் அவனுக்கே தனியுரிமையாயிற்று.

வள்ளல்

முருகன் திருவருளை விரும்பிச் செல்லும் புலவனுக்கு அவன் பெருமையையும் இருப்பிடத்தையும் சொல்வது போதாது. அதோடு அவன் பெருஞ் செல்வன் என்பதையும் சொல்ல வேண்டும். அவன் பால் ஒன்றைப் பெறுவதே நோக்கமாகச் செல்பவன் புலவன். ஆதலின் அவனிடம் பொருள் உண்டு என்பதைச் சொல்வாரைப்போலே, "அவன் முக்தி யென்னும் பெருஞ்செல்வத்தை உடையவன்" என்றார்.

பெருஞ்செல்வம் உடையவனாக இருப்பினும், அதனைப் பிறருக்கு அளிக்கும் வண்மை உடையவன் தானா? அவ்வியல்பு இல்லையேல் புலவன் அங்கே சென்று பயன் இல்லை.

ஆம்; அவன் தன்னை விரும்பி வந்தவர்களுக்கு வேண்டியதை நிறையக் கொடுப்பவன். அப்படிக் கொடுப்பவன் என்பதை உலகமே சொல்கிறது."இரப் பார்க்கொன் றீவார்மேல் நிற்கும் புகழ்" என்பது திருக் குறள். அவன் தன்பால் உள்ள செல்வத்தை ஈந்து இன்பம் காண்பவனென்பதை அவனைப்பற்றி உலக முழுவதும் நிரம்பிய புகழ் விளக்கும். சாதாரணமான புகழ் அல்ல; பேரிசை.

நசையுநர்க்கு ஆர்த்தும் இசைபே ராள்!

(தன்பால் விரும்பி வந்தவர்களுக்கு அவர் விரும்பியதைத் தந்து நிரம்ப நுகரச் செய்யும் பெரிய புகழை உடையவனே!}

அநாத ரக்ஷகன்

முருகன் கருணாநிதி; துணையின்றி அகதிகளாக அலந்துபோய் நின்றவர்களைப் பாதுகாக்கும் கடப்பாடு உடையவன், அநாத ரக்ஷக்ஷிகன்.

அவன் பொன்னாபரணங்களை அணிந்தவன்; செக்கச் சிவந்த திருமேனி படைத்தவன்.

அலந்தோர்க்கு அளிக்கும் பொலம்பூண் சேஎய்!

(துணையின்றி வருந்தியவர்களுக்கு அருள்புரியும், பொன்னாபரணங்களை அணிந்த சேயே!

சேய்- செந்நிறத்தை உடையவன்.)

அகல் மார்பன்

பல பல போர்களை வென்றவன் முருகன். அவன் திருமார்பு அகன்று விரிந்து அவன் பெருவீரன் என்பதை வெளியாக்குகிறது. மண்டுகின்ற அமர்களை முடித்து வென்று அடுகின்ற திருமார்பு அது. அந்த மார்பினாற் பெற்ற செல்வத்தைக் கொண்டு தன்பால் வரும் பரிசிலர்களைப் பாதுகாக்கும் வள்ளல் அவன்.

நெடிய உருவத்தை உடையவன் அவன். அந்த உருவத்தைக் கண்டாலே பகைவருக்கு அச்சம் உண்டாகும்.

மண்டமர் கடந்தநின் வென்றாடு அகலத்துப்
பரிசிலர்த் தாங்கும் உருகெழு நெடுவேள்!

(மேல் நெருங்குகின்ற போர்களை முடித்து உன்னுடைய வென்று அடுகின்ற மார்பினாலே பரிசிலர் களை இரட்சிக்கின்ற பயங்கரமான நெடிய வேளே!

அகலம் - மார்பு.உரு -அச்சம்.)

உருகெழு என்பதற்கு அழகிய உருவத்தையுடைய என்றும் பொருள் கொள்ளலாம்.

வீரத்துக்கு இருப்பிடமாக மார்பையும் சொல்லும் வழக்குப்பற்றி முருகனுடைய திருமார்பு பரிசிலரைக் காப்பாற்றுவதாகச் சொன்னார். இப்படிப் பிறரும் சொல்லியிருக்கிறார்கள்.

கொண்கானங் கிழானென்ற உபகாரியை மோசி கீரனார் என்பவர் பாராட்டுகிறார். அவன் பல பரிசிலர்களைப் பாதுகாப்பவன். பாணர்கள் தம்முடைய கையில் வாய் அகன்ற பாத்திரத்தை வைத்திருப்பார்கள். அதற்கு மண்டை என்று பெயர். வறிய அந்த இசைப் புலவர்கள் அவன் கையை எதிர்பார்த்து நிற்பார்கள். இதே செய்தியைப் புலவர் வேறு வகையாகச் சொல்கிறார். 'வறுமையைப் பெற்ற யாழ்ப்புலவர்களுடைய பாத்திரங்கள் கொண்கானங் கிழவனுடைய மார்பை நோக்கி மலர்ந்தன' என்று புகழ்கின்றார்.

"இலம்படு புலவர் மண்டை விளங்குபுகழ்க்
கொண்பெருங் கானத்துக் கிழவன் தண்டார்
அகலம் நோக்கின மலர்ந்தே."

(புறநானூறு,155.)

அவர்கள் கைப்பாத்திரம் அவன் மார்பை நோக்கி மலர்ந்தன என்றது, அவன் மார்பு வன்மையினாலே பெற்ற செல்வத்தை அவர்கள் பெறுவார்களாதலால், இதை உரையாசிரியர், 'மண்டை அகலம் நோக்கி மலர்ந்த என்ற கருத்து; கொடுக்கும் பொருள் மார்பின் வலியான் உளதாமாகலின், அகலம் நோக்கின என்ற தாகக் கொள்க' என்று விளக்கினார்.

அதுபோல இங்கே முருகன் வென்றாடு அகலத்தினால் பரிசிலரைத் தாங்குகிறான் என்றதற்கு, அந்த மார்பின் வலியாலே பெற்ற செல்வத்தை வழங்கித் தன்பால் வந்து குறையிரக்கும் தேவர் முதலிய பரிசிலரைக் காப்பாற்றுவான் என்று பொருள் கொள்ள வேண்டும்.

"மண்டூடமர் கடந்தநின் வென்றா டகலத்துப் பொ லம்பூட் சே எண்" என்று கூட்டி, 'மிக்குச் செல்கின்ற போர்களை முடித்த வென்றடுகின்ற நினது மார்பிடத்தே பொன்னாற் செய்த பேரணிகலங்களை அணிந்த சேயென்க' என்று பொருள் உரைத்தார் நச்சினார்க் கினியர்.

'நசையுநர்க்கு ஆர்த்தும்' செயல், தன்பால் வீடு வேண்டி வந்த அடியார்களுக்கு வீடுபேற்றைத் தரும் கருணையை விளக்குவது. 'அலந்தோர்க்கு அளிப்பது' துணையற்று, வேண்டிக்கொள்ளும் திறமும் அற்ற அநாதைகளை ரக்ஷிக்கும் திறத்தைப் புலப்படுத்துவது. பரிசிலரைத் தாங்குவது, இந்திரன் முதலியோருக்கு வேண்டிய செல்வங்களைத் தன் வீரச்சிறப்பால் வென்று தரும் இயல்பை வெளியிடுவது.

பெருங்கடவுள்

இவ்வளவு சிறப்பை உடையவன் யாவராலும் துதிப்பதற்குரியவன்; முனிவருட் பெரியாரும் தேவருட் பெரியாரும் ஏத்தும் கடவுள்; அவர்கள் யாவரும் போற்றிப் புகழ்ந்து பாடும் பெரிய திருநாமத்தையுடைய தெய்வம். பெரியவரெல்லாம் ஏத்துவதனால் அவன் பெயர் பெரும்பெயராக விளங்குகிறது.

பெரியோர் ஏத்தும் பெரும் பெயர் இயவுள்!

(தேவரும் முனிவருமாகிய பெரியவர்கள் துதிக்கின்ற பெரிய திருநாமத்தையுடைய தலைவனே!)

சூரசங்காரன்

முருகனைப் பெரியோர் ஏத்துவதற்குக் காரணம் அவன் செயற்கரிய செய்த பெரியவனாக இருத்தல். தேவரெல்லாம் அஞ்சி நடுங்க ஆணை செலுத்திய சூரனைக் குலத்தோடும் அழித்தவன் முருகன். சூரனை அழிப்பதற்குக் காரணமான அவன் வலிமை எங்கும் காணக் கிடைக்காத பெரிய வலிமை.

சூர்மருங்கு அறுத்த மொய்ம்பின் மதவலி!

(சூரனது குலத்தை அழித்த வீரம் பொருந்திய மார்பகத்தையும் மிக்க வலிமையையும் உடையவனே!)

யுத்தத்தில் முருகன் புகுந்தான் என்றால் அவனை விஞ்சுவார் யாரும் இல்லை. யாவரினும் மிக்குச் சிறந்து தோன்றுவான். அத்தகைய தலைவன் அவன்.

போர்மிகு பொருந! குரிசில்!

(போரிலே சிறந்து நிற்கும் வீரனே! தலைவனே!)

பொருந என்பதற்கு உவமிக்கப்படுபவனே என்றும் உரை கூறலாம். தனக்குப் பிறர் உவமையாதலின்றி, அழகுக்கும் வீரத்துக்கும் தன்னையே பிறருக்கு உபமானமாக எடுத்தோதும் பெருமை வாய்ந்தவன் முருகன்.

"கந்தனை அனையவர் கலைதெரி கழகம்" என்று கம்பரும் பிறரும் மைந்தருக்கு உவமையாக முருகனைக் கூறுவார்கள். 'குரிசில்' என்பதற்கு உபகாரியென்றும் பொருள் கொள்ளலாம்.

நெடும்பெருஞ் சிமையத்து நீலப் பைஞ்சுனையிலே சரவணபவனாக விளங்கியது முதல் முருகனது பல திருவிளையாடல்களையும் இயல்புகளையும் உணர்த்தும் சொற்றொடர்களாலே முருகனைத் துதிக்குமாறு நக்கீரர் அறிவுறுத்தினார். அவன் கருணையும், வீரமும், அழகும், ஈகையும்,தலைமையும், கடவுள் தன்மையும் நிரம்பியவனென்பதைப் பல பல வகையிலே விளக்கினார். இனி அவனிடம் சமர்ப்பிக்கும் வேண்டுகோளைச் சொல்கிறார்.

இவ்வாறு பலவிதம் நான் சொன்னவற்றில் அவனது பெருமை அடங்கிவிட்டது என்று எண்ணாதே. அவன் பெருமை கடலினும் பெரியது; பலர் புகழ்வது. அதில் யான் இப்போது நினைக்கும் அளவு இது. அதனை உனக்குச் சொன்னேன். யான் அறிந்த அளவிலே சொன்னபடி நீ முருகனை விடாமல் துதிப்பாயாக.

............எனப்பல
யான்அறி அளவையின் ஏத்தி ஆனாது.

(என்று பலவகை நான் அறிந்த அளவிலே சொல் வனவற்றை விடாமற் சொல்லி.

ஆனாது – அமையாமல்; விடாமல்.)

வேண்டுகோள்

இவ்வாறெல்லாம் பரவி ஏத்திப் பிறகு,"அப்பனே, உன்னை அளவிட்டறிதல் உலகில் உள்ள சிற்றறிவுடைய உயிர்களுக்கு அரிது. நான் உன்னை அறிந்து புகழுமாறு எங்ஙனம்? உன் திருவடியை அடைய வேண்டும் என்ற ஆர்வத்தோடு அதனையே நினைந்து வந்திருக்கின்றேன். ஒப்பார் இல்லாத ஞானத்தை உடையவனே!" என்று நீ சொல்வாயாக.

இறைவன் திருமுன்னர்ப் போனால் அவன் அடியைத் தான் பார்த்து வணங்க வேண்டும். எல்லாம் அறிந்த அவனுக்கு முன் சிற்றறிவுடைய உயிர் எம்மாத்திரம்? ஆகவே அவனை அறிந்து அவன் இருக்கும் இடத்தையும் அறிந்துவிட்டோம் என்ற நினைவற்று நின்றால்தான் அவன் அருள் வாய்க்கும். எல்லாம் அறிந்து தனக்கு ஒப்பார் ஒருவரும் இல்லாத புலமை யோனாகிய முருகனிடத்திலே, நின் திருவடி தரிசனத்தின் பொருட்டு வந்தேனென்றுதான் விண்ணப்பித்துக் கொள்ள வேண்டும்.

அப்படி விண்ணப்பித்துக் கொள்ளும்போது அவன் முன் நின்று சொல்ல வேண்டும் என்ற அவசியம் இல்லை. அவன் எழுந்தருளியிருக்குமிடம் இது என்ற உறுதியான நினைவுடன் சென்று, அங்கே சொன்னால் போதும். உன் விருப்பம் இன்னதென்று வெளிப்படை யாகச் சொல்ல வேண்டியது கூட இல்லை. அதற்கு முன்னே உனக்கு நன்மை உதயமாகும்.

நின்அளந்து அறிதல் மன்னுயிர்க்கு அருமையின்
நின்அடி உள்ளி வந்தனென், நின்னொடு
புரையுநர் இல்லாப் புலமை யோய் எனக்
குறித்தது மொழியா அளவை.

(உன் பெருமைகளை அளவிட்டு அறிதல் உலகத்தில் உள்ள உயிர்களுக்கு அருமையாக இருத்தலின், நான் நின் திருவடி தரிசனத்தின் பொருட்டு அதை நினைந்து வந்தேன். நின்னோடு ஒப்பார் இல்லாத ஞானமுடையவனே!" என்று தொடங்கி நீ உள்ளத்தே கொண்ட எண்ணத்தைச் சொல்வதற்கு முன்னே.)

அணுக்கத் தொண்டர்

'முருகன் எப்படி இருப்பானோ? எங்கே இருப்பானோ? அவனை நாம் அணுக முடியுமோ முடியாதோ? நம் விண்ணப்பம் அவன் திருச்செவியில் ஏறுமோ, ஏறாதோ?' என்றெல்லாம் கலங்க வேண் டாம். அடியாருக்கு அருள் செய்ய முருகன் கங்கணம் கட்டிக் கொண்டிருக்கிறான். அவனுக்கு அருகில் இருந்து ஏவல் செய்பவர்கள் அவனை நினைந்து வரும் அன்பர்களிடத்தில் மிக்க அன்பு பாராட்டுகிறவர்கள். நாயகன் கருணைக் கடலானால் அவர்கள் அக்கடலுக்கு மடைகளைப் போல் உதவுவார்கள்.

உலகத்தில் பணமும் பதவியும் படைத்த பெரியவர்கள் பெரும்பாலும் இரக்கம் படைத்தவர்களாக இருப்பதில்லை, அப்படி இரக்கம் சிறிதளவு இருந்தாலும் அந்த இரக்கத்தினால் ஏழைகள் பயன் அடையாதபடி, சூழ நிற்கும் சிநேகிதர்கள் செய்துவிடுவார்கள். இந்த இயல்பை நோக்கியே, "சுவாமி வரங்கொடுத் தாலும் பூசாரி வரங்கொடுக்கவில்லை" என்ற பழமொழி எழுந்தது.

முருகனைச் சுற்றிலும் இருந்து அவனுக்குரிய பணி விடைகள் செய்து வாழும் ஏவலர் எப்படிப்பட்டவர்? ஆண்டவனுக்கு உள்ள கருணை வேகத்தைக் காட்டிலும் அவர்களுக்குள்ள வேகம் அதிகம். நாலு அடியார்களை ஆண்டவன் திருவருளுக்குப் பாத்திரமாக்கினோம் என்று பெருமிதம் அடையும் இயல்பினர் அவர்கள். ஆகவே நீ உன் கருத்தை வெளிப்படையாகத் தெரிவிப்பதற்கு முன்பே, உன் விருப்பம் அவர்களுக்குத் தெரிந்து விடும். நீ உன் கருத்தைத் தெரிவிக்கும்

ஆற்றல் இல்லாதவனாக இருந்தாலும் குற்றமில்லை. முருகனை நீ புகழ்ந்து துதித்த சொற்கள் அவர்களுக்கு மிக்க இன்பத்தை உண்டாக்கும். மனம் கனிந்து நீ சொல்லும் தோத்திரங்களும் உன் பணிவும் அவர்களுக்கு உன் உள்ளத்தைத் தெரிவித்துவிடும். அவர்கள் உன் கருத்தை உணர்ந்து கொள்வார்கள்.

அங்கே ஒருவர் இருவரல்ல, பலர் இருப்பார்கள். வேறு வேறு உருவத்தோடு இருப்பார்கள். அவர்கள் உன்பொருட்டு முருகனிடம் சென்று விண்ணப்பித்துக் கொள்வார்கள். விழா எடுக்கின்ற அந்தக் களத்திலே சிறப்புப் பெறும்படியாகச் சென்று முருகனுக்கு முன்னே நின்று உன் வருகையைத் தெரிவிப்பார்கள்.

"அவனைப் பார்த்தாலே இரக்கம் உண்டாகிறது. நல்ல பாத்திரம். உலகில் பிறரையெல்லாம் நாடாமல் நின்னை நோக்கி வந்தமையினால் அவன் பேரறிவு புலனாகிறது. அவன் அறிவு வாய்ந்தவன். நின் கருணையை யாசித்து வந்த இரவலன். பெருமானே, அவன் நீ பேரருள் புரிபவனென்ற வண்மைப் புகழைக் கேட்டிருப்பான். கேட்டு அந்தப் புகழை விரும்பிப் பாராட்டினான். இனிய வார்த்தைகளாலும் நல்ல பயனுடைய வார்த்தைகளாலும் உன்னை மிக நன்றாகப் பல பல தோத்திரம் செய்து வந்திருக்கிறான்'" என்று சொல்லி உன்னைப் பற்றி அவர்கள் முருகனிடம் எடுத்துக் கூறுவார்கள்.

குறித்துடன்
வேறுபல் உருவிற் குறும்பல் கூளியர்
சாறயர் களத்து வீறுபெறத் தோன்றி
அளியன் தானே முதுவாய் இரவலன்
வந்தோன் பெருமநின் வண்புகழ் நயத்தென
இனியவும் நல்லவும் நனிபல ஏத்தி.

(நீ நினைத்ததை உணர்ந்து உடனே வேறு பல உருவங்களையுடைய குறிய பல ஏவலாளர், விழா நடத்தும் களத்தில் சிறப்பு உண்டாகும்படியாகத் தோன்றி, 'இவன்

இரங்கத்தக்கான்; அறிவு வாய்ந்த யாசகன்; நின் ஈகையால் வந்த புகழைக் கேட்டு விரும்பி இனியனவும் நல்லனவுமாகிய திருநாமங்களை நன்றாகப் பலபலவாகச் சொல்லித் துதித்துவந்தான், பெருமானே' என்று சொல்ல,

கூளியர் - ஏவலாளர். சாறு - விழா. முதுவாய் இரவலன் - அறிவு வாய்ந்த புலவன்.)

தரிசனம் தருதல்

உடன் இருப்பவர்கள் சமயம் அறிந்து, சொல்லலாமோ வேண்டாமோ என்று தாமே யோசித்து, முதலில் தம் உள்ளத்திலே கருணையை உண்டாக்கிக் கொண்டு, எப்படியோ எஜமானனிடம் வந்தவனது குறையை மெல்லச் சொன்னாலும், "அதற்கு என்ன அவசரம்?" என்று சீறி விழும் செல்வச் செருக்கர் உலகத்தில் இருக்கிறார்கள். ஆனால் பரிசிலரைத் தாங்கும் நெடுவேளாகிய முருகன், தன் அணுக்கத் தொண்டர் கூறுவதற்கு முன்னே, புலவனது வருகையை உணர்ந்திருக்கிறான்; அவனுக்கு அருள் செய்யும் திருவுள்ளம் படைத்திருக்கிறான்.

அவன் உலகமெல்லாம் கடந்து நின்ற பெரியான், அவன் பேருருவம் உலகையே தன்னுள் அடக்கியிருப்பது; தெய்வத்தன்மை வாய்ந்த அந்தப் பேருருவம் ஆகாயத்தை அளாவியிருக்கும். அத்தகைய உருவத்தோடு வரின் மக்கள் கண் கதுவ முடியுமா? பார்க்குமுன் பயமல்லவா உண்டாகிவிடும்? இது எம்பெருமானுக்குத் தெரியும். அவன் தன் கருணையாலே, நமது விசுவரூபத்தைக் காணும் பக்குவம் இவனுக்கு இல்லை. அதைக் கண்டால் அஞ்சுவான். இவனுக்கு ஏற்ற முறையில் நாம் செல்லவேண்டும் என்று எண்ணி அச்சத்தைத் தரும் அந்தப் பேருருவத்தை அடக்கிக் கொள்வான். உலகில் எந்த நிலையில் இருப்பாரும், கண்ட மாத்திரத்திலே மனம் ஈடுபடும் அழகும் இளமையும் கொண்ட திருவுருவம் அவனுக்கென்றே அமைந்தது. மணமும் தெய்வத்தன்மையும் இளமையும் அழகும் ஒருங்கே

அமைந்த அந்தப் பழைய திருவுருவத்தினாலேதான், முருகன் என்ற பெரியோரேத்தும் பெரும் பெயரை அவன் உடையவனானான். முருகு என்பது மணத்தைக் குறிக்கும்; தெய்வத் தன்மையைக் குறிக்கும்; இளமையையும் அழகையும் குறிக்கும். அந்த இளமைத் திருவுருவத்தோடு உன்னை வந்து அணுகித் தரிசனம் தருவான்.

தெய்வம் சான்ற திறல்விளங்கு உருவின்
வான்தோய் நிவப்பின் தான்வந்து எய்தி
அணங்குசால் உயர்நிலை தழீஇப் பண்டைத்தன்
மணங்கமழ் தெய்வத்து இளநலம் காட்டி.

(தெய்வத்தன்மை அமைந்த வலிமை விளங்கும் திருவுருவத்தோடு ஆகாயத்தை அளாவிய உயரத்தை யுடைய அப்பெருமான், உனக்கு அருள்செய்யும் பொருட்டு அங்கே வந்து, காண்பாருக்கு வருத்தத்தைத் தரும் அந்த நெடிய உருவத்தை மறைத்துப் பழையதாக உள்ள தன் மணங்கமழும் தெய்வத்தன்மையும் இளமை யும் அழகுமுடைய வடிவத்தைக் காட்டி.

நிவப்பு - உயரம். அணங்கு - வருத்தம். தழீஇ - அடக்கிக் கொண்டு. நலம் - அழகு.)

அஞ்சலென்று அருளுதல்

இரவலன் குறையைக் கேட்பதற்கு முன்னே சென்று சொல்லும் தொண்டர்களையும், அவர் கூறுவதற்கு முன்னே உணர்ந்து அருள்புரிய வரும் தலைவனையும் நக்கீரர் காட்டுகிறார். இரவலனிடம் அருள் பூண்டு, அவன் தன்னைக் கண்டு அஞ்சக்கூடாதென்று தன் உன்னத உருவத்தைக் குறைத்துக் கொண்டு அவன் கண்ணும் கருத்தும் குளிரும்படியான தன் இயற்கைத் திருமேனியோடு திருவாய் மலர்ந்தருள் செய்வான்.

'நாம் இப்பெருமான்பால் வந்தோமே; இவனை அணுகும் தகுதி நமக்கு இல்லையே! இவன்பால் என்ன கேட்பது?' என்ற

நினைவுகள் உனக்கு உண்டாகலாம். எல்லாப் பொறிகளையும் மயக்கும் முருகனது தரிசனத் தால் உனக்குப் பிரமிப்பும் பயமும் உண்டாகும். அது எம்பிரானுக்குத் தெரியும்."பயப்படாதே! நீ வருவாய் என்பதை நான் அறிவேன்" என்று உன்மேல் கொண்ட அன்போடு கலந்த நல்ல வார்த்தைகளை அவன் கூறியருள்வான்.

ஈகையிற் சிறந்த வள்ளல் தன்பால் உள்ள பொருளை இரவலனுக்குக் கொடுப்பதில் இன்பம் அடைவான். அப்படியே முருகன் அடியவருக்கு அருள் வழங்குவதில் இன்பம் அடைபவன். அழுக்காறு, அவா, வெகுளி, இன்னாச்சொல் என்னும் நான்கும் இன்றித் தருமம் செய்யவேண்டுமென்பது சான்றோர் கொள்கை. முருகன் அப்படித்தான் அருளை விநியோகம் செய்கிறான்.

அஞ்சல் ஓம்புமதி, அறிவல்நின் வரவென
அன்புடை நன்மொழி அளைஇ.

('அஞ்சுவதை விட்டுவிடு; உன் வரவை முன்பே அறிவேன்' என்று அன்புடைய நல்ல வார்த்தைகளைச் சொல்லி.)

பெறலரும் பரிசில்

அவனுடைய திவ்ய தரிசனமே ஆருயிருக்குப் பேரின்ப நுகர்ச்சியை அளிக்கும்; அவனுடைய இனிய மொழிகள் அமுதம்போல உதவும். அந்த அளவிலே புலவன், காணாத காட்சியும் அடையாத இன்பமும் அடைந்து விடுவான். ஆனால் அவன் 'செவ்வேற் சேய் சேவடி படரும் செம்மல் உள்ளமொடு' வந்தவன் ஆயிற்றே; என்றும் நிரந்தரமான இன்பத்தை விரும்பி யல்லவா வந்தான்? கண்டபொழுதிலே காட்சியாலும் வார்த்தைகளாலும் இன்புறச் செய்துவிட்டு, "போய் வா" என்றால் போதுமா? இரவலனாகிய புலவன் பரிசிலுக்காக வந்தவன். அந்தப் பரிசிலை உலகத்திலுள்ள வள்ளல் யாரிடத்தும் பெறமுடியாது. பெறலரும் பரிசில் அது. அதனை ஒருவன் பெற்றுவிட்டால் அவனினும் சிறந்த பதவி பெற்றவர் ஒருவரும் இருக்க மாட்டார்கள். அகில

லோகத்திலும் தேடினாலும் கல்வியாலோ புகழாலோ செல்வத்தாலோ தலைமை பெற்றவர்களாக இருப்பவர்களையே காணலாம். இந்த இரவலன் வேண்டுவதோ அவர்களுக்குக் கிடைக்காத பரிசில். அந்தப் பரிசிலைப் பெற்றால் உலகத்தில் அவனுக்குச் சமானம் அவன்தான். அந்தப் பரிசில் எது? அதுதான் முத்தியின்பம்.

முருகன் முத்திச் செல்வத்துக்கு உரிமையாளனாக ருக்கிறான்; அதனை விரும்பி வருபவர்களுக்கு வழங்கி இன்புறும் தாதாவாக இருக்கிறான். ஆகையால் அவன் பெறலரும் பரிசிலைத் தருவானென்று நக்கீரர் சொல்கிறார்.

இருண்ட நிறத்தையுடைய கடல்சூழ்ந்த உலகத் திலே நீ ஒருவனே யாரினம் மேம்பட்டுத் தோன்றும் படியாக, எல்லாவற்றிலும் சிறந்ததென்று போற்றப்படு வதும் பெறுவதற்கு அரியதுமாகிய வீடுபேறென்னும் பரிசிலை என்றும் அழிவில்லாமல் அவன் அருள்வான்.

விளிவின்று
இருள்நிற முந்நீர் வளைஇய உலகத்து
ஒருநீ ஆகத் தோன்ற விழுமிய
பெறலரும் பரிசில் நல்குமதி.

(என்றும் அழிவில்லாமல் இருக்கும்படியாக, இருண்ட கரிய நிறம் பெற்ற கடலால் சூழப்பட்ட உலகத்தில் நீ ஒருவனே தலைவனாகத் தோன்றும்படி, யாவற்றினும் சிறந்த, பெறுவதற்கரிய பரிசலாகிய வீடு பேற்றை வழங்குவான்.

விளிவின்று - அழிவின்றி. வளைஇய வளைந்த. விழுமிய - மேலான நல்குமதி - அளிப்பான்.)

இந்த உலகத்திலே பேரின்பத்தை அவன் வழங்குவான் என்று நக்கீரர் சொல்கிறார். ஜீவன் முத்தியென்று சொல்லும் நிலை அதுதான். "இத்தேகமொடு காண் பனோ" என்று தாயுமானவர் ஏங்கி எதிர்பார்க்கும் பரிசில் அது. 'உலகத்து ஒரு நீயாகத் தோன்ற' என்பது, வீடுபெற்ற புலவனை உலகம் புகழும்

என்பதைக் குறித்தது என்று கூறுவார் கூறலாம். ஆயினும், இவ்வுலகத்திலே பற்றற்று இறையுணர்வில் திளைக்கும் ஆருயிருக்கு இங்கே முத்தி நிலை கைகூடுமென்பது சாத்திரங்களாலும் அநுபவத்தாலும் அறியப்படுவதால், நக்கீரர் கூறுவது அந்த ஜீவன்முத்தி நிலையையே என்று கொள்வதில் தவறில்லை.

சங்ககாலத்துப் புலவர்கள் ஜீவன் முத்தியைப் பற்றி அறிந்திருந்தார்களென்றே தெரிகிறது. மாங்குடி மருதனார் என்ற புலவர் தாம் பாடிய மதுரைக்காஞ்சியில் ஜீவன் முக்தரைப் பற்றிச் சொல்கிறார்.

"சிறந்த வேதம் விளங்கப் பாடி
விழுச்சீர் எய்திய ஒழுக்கமொடு புணர்ந்து
நிலம் அமர் வையத்து ஒருதாம் ஆகி
உயர்நிலை உலகம் இவணின்று எய்தும்
அறநெறி பிழையா அன்புடை நெஞ்சிற்
பெரியோர்."

(மதுரைக் காஞ்சி, 468-73)

என்பது அப்பகுதி. அதர்வண வேதம் ஒழிந்த முதன்மைப்பட்ட வேதங்களைத் தமக்குப் பொருள் தெரியும்படி ஓதி, விழுமிய தலைமையோடு பொருந்தின யாகங்கள் முதலிய தொழில்களோடே சிலகாலம் பொருந்தி, நால்வகை நிலங்கள் அமர்ந்த உலகத்தே ஒன்றாகிய பிரமம் தாங்களேயாய் உயர்ந்த நிலைமையையுடைய தேவருலகத்தை இவ்வுலகிலே நின்று சேரும், தருமத்தின் வழி ஒரு காலமும் தப்பாத, பல்லுயிர் கட்கும் அன்புடைத்தாகிய நெஞ்சாலே, சீவன் முத்தராயிருப்பார்' என்று இதற்கு நச்சினார்க்கினியர் பொருள் எழுதுகிறார். 'நிலமமர் வையத்து ஒருதாம் ஆகி' என்று அங்கே உள்ள சொல்லமைதியும், 'உலகத்து ஒரு நீயாகித் தோன்ற' என்று இங்கே திருமுருகாற்றுப் படையில் உள்ள சொல் அமைதியும் ஒத்திருப்பதைக் காண்க.

"நன்றாய் ஞானம் கடந்துபோய்
நல்லிந் திரியம் எல்லாம்ஈர்த்து
ஒன்றாய்க் கிடந்த அரும்பெரும்பாழ்
உலப்பி லதனை உணர்ந்துணர்ந்து
சென்றாங்கு இன்பத் துன்பங்கள்
செற்றுக் களைந்து பசையற்றால்
அன்றே அப்போ தேவீடாம்
அதுவே வீடு வீடாமே."

என்று நம்மாழ்வார் கூறுவதிலும் இந்த ஜீவன் முத்தியைக் காணலாம்.

பழமுதிர்சோலையான்

எதிர்வந்த புலவனுக்கு இது பெறலாம் என்று கூறி முடித்து, ஆற்றுப்படையையும் முடிக்கிறார் நக்கீரர். இறுதிப் பகுதியில், 'முருகன் அருள்செய்வான்' என்ற வாய்பாட்டில், முருகனுக்கு அடையாகப் பழமுதிர் சோலை மலையாகிய ஆறாவது படைவீட்டை வைத்துச் சொல்லுகிறார். 'பெறலரும் பரிசில் நல்குவன்' என்றவர், அப்படி நல்குபவன் யார் என்பதற்கு விடையளிப்பாராகி, நல்குவான் என்பதற்கு எழுவா யாகப் 'பழமுதிர் சோலைமலை கிழவோனே' என்று கூறி நிறைவுறுத்துகிறார். எத்தகைய பழமுதிர் சோலை? அதன் இயற்கை வளப்பத்தைச் சொல்லுகிறார்.

பழமுதிர் சோலைமலையில் பெரிய அருவி உண்டு. அது மலையின் உச்சியிலிருந்து வந்து நிலத்திற் பாய்கிறது. வரும்போது இடையில் அகப்பட்ட பொருள்களை உருட்டிக் கொண்டு வருகிறது. அதைத் தொடர்ந்து சென்றால் அந்த மலையின் வளப்பத்தை ஒருவாறு அளந்து அறிந்து விடலாம்; அங்குள்ள பூவையும் மரத்தையும் விலங்கையும் பறவையையும் கண்டுகளிக்கலாம்.

பேரருவிக்கு மூலம் சிறிய சிறிய அருவிகள். அவை களெல்லாம் மலையின் உச்சியில் வெவ்வேறாக ஓடி வருகின்றன. நெடுந்தூரத்திலிருந்து பார்த்தால் வெள்ளைக்

கொடிகள் காற்றிலே அசைவதுபோல அவை தோற்றும். அவைகளெல்லாம் ஒன்று சேர்ந்து பேரருவியாகப் பரிணமிக்கின்றன.

பலவுடன்
வேறுபல் துகிலின் நுடங்கி.

(பல சிற்றருவிகள் ஒருங்கே பல வெவ்வேறு துகிற் கொடிகளைப்போல வளைந்து அசைந்து.)

இயற்கைவளம் மிக்க மலையிலே அகில் விளை கிறது. சந்தனமரம் அடர்ந்து வளர்ந்திருக்கிறது. மூங்கில் பல காலமாக வளர்ந்து முற்றியிருக்கிறது. அதன் கிளை நிறைய மலர் மலர்ந்திருக்கிறது. காற்றிலே அது அசைந்து அசைந்து ஆடுகிறது. ஆகாயத்தை அளாவிய சிகரங்களில் அங்கங்கே தேனீக்கள் பெரிய பெரிய தேனடைகளை வைத்திருக்கின்றன. செந்தேனை நிரம்ப உடைய அவை சூரிய மண்டலத்தைப் போலச் சிவப்பு வட்டமாகத் தோற்றுகின்றன. பலா மரங்கள் வளர்ந்திருக்கின்றன. சுரபுன்னையும் மலர்ந்து விளங்குகிறது.

மேலிருந்து அருவி வேகமாக வருகிறது. அகிலைப் பறித்து அதனை ஏற்றுக்கொண்டு வருகிறது. சந்தன மரத்தை அடியோடு பறித்து உருட்டுகிறது. பூவோடு மூங்கிலின் அசையும் கொம்பை ஆட்டி அசைத்து மொட்டையாக்கி அதன் வேரைப் பறிக்கிறது. வானை அளாவி உயர்ந்த தாழ்வரைகளிலே ஈக்கள் தொகுத்து வைத்திருக்கின்ற தண்ணிய மணம் கமழ்ந்து விரிந்த தேனடைகளைச் சிதைக்கிறது. ஈரப்பலாவை மோதி அதிலிருந்து பல நல்ல பழங்கள் உடைந்து அவைக ளெல்லாம் தன்பால் விழுந்து கலக்கும்படி செய்கிறது. மலையுச்சியிலுள்ள சுரபுன்னையின் மலர்கள் அருவியிலே உதிர்கின்றன.

அகில்சுமந்து
ஆர முழுமுதல் உருட்டி வேரற்
பூவுடை அலங்குசினை புலம்பவேர் கீண்டு
விண்பொரு நெடுவரைப் பருதியின் தொடுத்த

தண்கமழ் அலர்இறால் சிதைய நன்பல
ஆசினி முதுசுளை கலாவ மீமிசை
நாக நறுமலர் உதிர.

(அகிலைச் சுமந்து, சந்தன மரத்தை உருட்டி, சிறு மூங்கிலின் பூவுடைய அசைகின்ற கொம்பு பூவில்லாமல் தனிப்ப அதன் வேரைப் பிளந்து வானுலகத்தைத் தொடுகின்ற உயர்ந்த மலையில் சூரிய மண்டலத்தைப் போல ஈயால் வைக்கப்பட்ட தண்ணியவாய் மணக்கின்ற பரந்த தேன்கூடுகள் சிதைய, நல்ல பல வேர்ப் பலாவின் முற்றிய சுளை விழுந்து கலக்க, மேலே உள்ள சுரபுன்னை மரத்தின் வாசனைமிக்க மலர்கள் உதிர.

முழுமுதல் - அடிமரம். வேரல் சிறுமூங்கில். பரிதி - சூரிய மண்டலம். இறால் - தேனடை. ஆசினி -ஈரப்பலா. கலாவ - கலக்க. நாகம் - சுரபுன்னைமரம்.)

மலையிலே உள்ள விலங்குகளையும் அந்த அருவி இயங்கச் செய்கிறது. குரங்குகளிலே பலவகை அங்கே உண்டு. கருங்குரங்குகளும் முகம் மாத்திரம் கறுப்பாக இருக்கும் முசுக்கலைகளும் அருவியின் வீச்சிலே அஞ்சி நடுங்குகின்றன. மலரைத் தெளித்தாற்போன்ற புள்ளி களையுடைய மத்தகத்தோடு பிடிகள் அங்கே உலாவு கின்றன. வேகமாக அருகி வரும்போது அதன் துளிகள் விர்விர்ரென்று வீச அவை மேலே படுவதனால் அந்தப் பெண் யானைகள் குளிரால் நடுங்குகின்றன.

யூகமொடு
மாமுக முசுக்கலை பனிப்பப் பூநுதல்
இரும்பிடி குளிர்ப்ப வீசி.

(கருங்குரங்குகளோடு கரிய முகத்தையுடைய முசுக் கலைகள் நடுங்கவும், பூவைப்போன்ற புள்ளிகளை யுடைய மத்தகத்தைப் பெற்ற கரிய பெண் யானைகள் குளிர்ச்சி அடையவும் வீசி.

மா -கருமை.)

அருவி பல விலை உயர்ந்த பண்டங்களை வாரிக் கொண்டு வருகிறது. பல காலம் வாழ்ந்த பெரிய ஆண் யானைகள் மலையில் இறந்துபட்டிருக்கும். அவற்றின் தந்தங்கள் முற்றி விளைந்து முத்துடையனவாக இருக்கும். அங்கங்கே கிடக்கும் அந்தத் தந்தங்களை அடித்துக் கொண்டு வருகிறது அருவி. அவை மட்டுமா? மலையின் மேல் மணிகள் உண்டாகின்றன; பொன்னும் கொடியோடிக் கிடக்கும். அருவி வேகமாகத் தத்திக் குதித்துப் போகும் போக்கிலே அந்த நல்ல பொன்னும் மணியும் மேலே வந்து தம் நிறம் விளங்கும்படியாகப் பளிச்சிடுகின்றன. இப்படி அலைத்து வருவதனால் அருவியிலே பொன்னின் பொடி கலக்கிறது; அதனைக் கொழித்து ஓடுகின்றது அவ்வருவி.

பெருங்களிற்று
முத்துடை வான்கோடு தழீஇத் தத்துற்று
நன்பொன் மணிநிறம் கிளரப் பொன் கொழியா.

(பெரிய களிற்றினது முத்தையுடைய வெள்ளிய தந்தங்களை வாரிக்கொண்டு, குதித்து, நல்ல பொன்னும் மணியும் தம் நிறம் வெளிப்படத் தோன்றுமாறு செய்து பொன்னைக் கொழித்து.)

அருவி கீழே வருகிறது. பூமியில் இறங்குவதற்கு முன் அங்கே உள்ள வாழைகளின் அடிமரங்களையெல் லாம் முறித்துவிடுகிறது. தென்னமரங்களில் உள்ள கனமான இளநீர்க் குலைகளெல்லாம் உதிரும்படியாகத் தாக்குகிறது. அங்கே படர்ந்து வளரும் மிளகுக் கொடியின் காய்க்கொத்தைக் கீழே சாய்க்கிறது.

வாழை முழுமுதல் துமியத் தாழை
இளநீர் விழுக்குலை உதிரத் தாக்கிக்
கறிக்கொடிக் கருந்துணர் சாய.

(வாழையின் அடிமரம் முறியவும், தென்னையின் பெரிய இளநீர்க்குலைகள் உதிரவும் தாக்கி, மிளகுக் கொடியின் கரிய காய்க்கொத்தானது சாயும்படியாக.

துமிய - ஓடியதாழை - தென்னை. கறி-மிளகு. துணர் - கொத்து.)

அழகான புள்ளிகளையுடைய மயில்கள் மெத் தென்று நடந்து கூட்டம் கூட்டமாக உலவுகின்றன. அவை பலவும் ஒருங்கே இந்த அருவியின் ஆரவாரத்தைக் கேட்டு அஞ்சுகின்றன. காட்டுக் கோழிகளில் வலிமையையுடைய பெடைகள் அஞ்சி ஓடுகின்றன. காட்டுப் பன்றிகளும் ஓடுகின்றன. கரிய பனையின் உள்ளே இருக்கும் சிலாம்பைப் போன்ற கரிய நிறமும் உருவும் பெற்ற மயிரையும் வளைந்த அடியையும் உடைய கரடிகளும் ஓடுகின்றன. பன்றிகளும் கரடிகளும் பெரிய பாறைகளினிடையே உள்ள குகைகளுக்குள்ளே புகுந்து கொம்பையுடைய காட்டுப்பசுவின் காளை மலையே அதிரும்படி முழங்குகின்றது.

பொறிப்புற
மடநடை மஞ்ஞை பலவுடன் வெரீஇக்
கோழி வயப்பெடை இரியக் கேழலொடு
இரும்பனை வெளிற்றின் புன்சாய் அன்ன
குரூஉமயிர் யாக்கைக் குடாவடி உளியம்
பெருங்கல் விடரளைச் செறியக் கருங்கோட்டு
ஆமா நல்ஏறு சிலைப்ப.

(பொறிகளை மேலே உடையனவும் மெல்ல நடக்கும் நடையை உடையனவுமாகிய மயில்கள் பல ஒருங்கே அஞ்சவும், காட்டுக்கோழியின் வலிமையை யுடைய பெடை ஓடிப்போகவும், காட்டுப் பன்றியோடு கரிய பனையின் உள்ளீட்டில் உள்ள புல்லிய சிலாம் பைப் போன்ற நிறம் பெற்ற மயிரையுடைய உடம்போடு கூடிய வளைந்த அடியைப் பெற்ற கரடிகள் பெரிய பாறையின் பிளப்பிலே உள்ள குகையிலே புகுந்து அடங்கவும், கரிய

கொம்பையுடைய காட்டுப் பசுவின் நல்ல காளை முழங்கவும்.

வய - வலிமை, இரிய - ஓட. வெளிறு - உள்ளே உள்ள சோறு.சாய் - சிலாம்பு. உளியம் - கரடி. அளை - குகை,

இப்படி மரங்களை அலைத்து விலங்குகளையும் பறவைகளையும் அச்சுறுத்தி அருவியானது மலையின் உச்சியிலிருந்து இடையறாமல் இழும் என்ற ஓசையோடு வீழ்ந்துகொண்டே இருக்கிறது. இழுமென இழி தரும் அந்த அருவியையுடையது பழமுதிர் சோலை மலை. அதற்கு உரியவன் முருகன். முன்பு சொன்ன இடங்களிலே எழுந்தருளியிருப்பவனும் பழமுதிர் சோலைமலை கிழவோனுமாகிய முருகன் உனக்குப் பெறலரும் பரிசிலை நல்குவான்.

சேண்நின்று
இழுமென இழிதரும் அருவிப்
பழமுதிர் சோலை மலை கிழவோனே.

(மலையின் உச்சியிலிருந்து இழுமென்ற ஓசையோடு இறங்கி வருகின்ற அருவியையுடைய பழமுதிர் சோலை மலைக்கு உரியவனாகிய முருகன்.

இடையீடு இல்லாமல் தொடர்ந்து இனிமையாக ஒலிக்கும் ஒலியை இழுமென் ஓசை என்பர்.)

அருவிவளம் மிக்க மலையில் அடர்த்தியான மரங்களும் அந்த மரச் செறிவினாலே காடுகளும் அந்தக் காடுகள் இருப்பதனால் விலங்குகளும் வளர்கின்றன. மலையின் வளப்பத்தை அருவியும் அகிலும் சந்தனமும் மூங்கிலும் வாழையும் தென்னையும் தெளிவிக்கின்றன. அவற்றின் செறிவை யூகமும் முசுக்கலையும் கேழலும் கரடியும் புலப்படுத்துகின்றன. அந்தக் காடுகளின் பரப்பைக் களிறும் பிடியும் காட்டுகின்றன. இத்தனை வளம் மிகுந்த மலையென்பது அதன் பெயராலே

விளங்கும். பழம் முதிர்ந்த சோலைகளையுடைய மலை யென்ற பொருளை அப்பெயர் தெரிவிக்கின்றது.

ஆறாவது படைவீடாகிய பழமுதிர் சோலை மதுரைக்கு அருகில் உள்ள அழகர் மலையாகும். சோலை மலையென்றும் திருமாலிருஞ்சோலை மலையென்றும் அது வழங்கப்பெறும். இப்போது அழகருக்குரிய கோயில் அங்கு இருக்கிறது. அதோடு முருகனுக்கும் கோயில் இருந்ததற்குரிய அடையாளங்கள் அங்கே உள்ளன என்பர்.

முருகனுடைய பல்வேறு நிலைகளும் செயல்களும் அவனை வழிபடும் மக்களின் பல்வேறு இயல்புகளும் கூறிய நக்கீரர், அவன்பால் பிறர் பிறர் வேண்டும் பொருள்களை யாசிக்கும்படிக் கூறவில்லை. "நின் திருவடியை அடைந்தேன்" என்று சொன்னாலே போதும் என்று சொல்கிறார். முருகன் பல திறப்பட்ட மனநிலை உடையவர்களுக்கு ஏற்றபடி அவரவர்களுக்குரியவற்றை அருளும் கருணை உடையவன். அவன்பால் பெறும் பரிசில்களுள் வீடுபேறுதான் சிறந்தது. அறிவுடைய புலவன் பெறுதற்குரியது அதுதான். புலவன் வேண்டினாலும் வேண்டாவிட்டாலும், 'வேண்டத் தக்க தறி வோய் நீ வேண்ட முழுதும் தருவோய் நீ" (திரு வாசகம்) என்றபடி, 'இவனுடைய தகுதி இன்னது, இவனுக்குரிய பரிசில் இதுதான்" என்று வரிசையறிந்து வழங்கும் பெருமான் ஆதலால், முருகன் புலவனுக்கு ஏற்றபடி ஜீவன் முத்தியை வழங்குவான். இது அவனுடைய தலைமையான தெய்வத்தன்மையைக் காட்டுகிறது.

நான் அறிந்தபடி இது; அதனைக் கூறினேன். நீ அந்த உபகாரியிடூடம் சென்றால் பெறலரும் பரிசிலை நல்குவான்" என்ற முறையிலே சொல்லி நக்கீரர் இதை ஆற்றுப்படை என்னும் பிரபந்த அமைப்பிலே பொருத்தி யிருக்கிறார். ஆனாலும் முருகன் யாவர்க்கும் மேலாகிய பரப்பிரமம் என்பதையும், அவன் திருவடிவை அடை வதே புலமைக்கு இலக்கு என்பதையும், தலவழிபாடும் மக்கட் கூட்டத்தினர்

அங்கங்கே அவனை வழிபடும் முறைகளும் கண்டு மகிழ்வதற்குரியன என்பதையும் குறிப்பித்திருக்கிறார்.

முருகன் அழகன், வீரன், கருணைக்கடல், பெரு வள்ளல், இணையற்ற தெய்வம் என்ற நினைவே முதலடி முதல் இறுதிஅடி வரையில் உள்ளத்திலே எழும்படியாக அமைந்திருக்கிறது திருமுருகாற்றுப் படை.

நக்கீரர் நல்ல முறையில் வழிகாட்டியிருக்கிறார். முருகன் அருள்பெற வழிகாட்டும் இந்நூல் தமிழின் பத்துக்கும் வழிகாட்டுகிறது.

திருமுருகாற்றுப்படை

1. திருப்பரங்குன்றம்

உலகம் உவப்ப வலனேர்பு திரிதரு
பலர்புகழ் ஞாயிறு கடற்கண் டாஅங்
கோவற இமைக்குஞ் சேண்விளங் கவிரொளி
உ றுநர்த் தாங்கிய மதனுடை நோன்றாட்
செறுநர்த் தேய்த்த செல்லுறழ் தடக்கை

மறுவில் கற்பின் வாணுதல் கணவன்
கார்கோண் முகந்த கமஞ்சூன் மாமழை
வாள்போழ் விசும்பின் வள்ளுறை சிதறித்
தலைப்பெயல் தலைஇய தண்ணறுங் கானத்
திருள்படப் பொதுளிய பராஅரை மராஅத்

துருள்பூந் தண்டார் புரளும் மார்பினன்
மால்வரை நிவந்த சேணுயர் வெற்பிற்
கிண்கிணி கவை அய ஒண்செஞ் சீறடிக்
கணைக்கால் வாங்கிய நுசுப்பிற் பணைதோட்
கோபத் தன்ன தோயாப் பூந்துகிற்

பல்காசு நிரைத்த சில்காழ் அல்குற்
கைபுனைந் தியற்றாக் கவின்பெறு வனப்பின்
நாவலொடு பெயரிய பொலம்புனை அவிரிழைச்
சேணிகந்து விளங்குஞ் செயிர்தீர் மேனித்
துணையோர் ஆய்ந்த இணையீ ரோதிச்

செங்கால் வெட்சிச் சீறிதழ் இடையிடுபு
பைந்தாட் குவளைத் தூவிதழ் கிள்ளித்
தெய்வ உ த்தியொடு வலம்புரி வயின்வைத்துத்

திலகந் தைஇய தேங்கமழ் திருநுதன்
மகரப் பகுவாய் தாழமண் ணுறுத்துத்

துவர முடித்த துகளறு முச்சிப்
பெருந்தண் சண்பகஞ் சொIஇக் கருந்தகட்
டுளைப்பூ மருதின் ஒள்ளிணர் அட்டிக்
கிளைக்கவின் றெழுதரு கீழ்நீர்ச் செல்வரும்
பிணைப்புறு பிணையல் வளைஇத் துணைத்தக

வண்காது நிறைந்த பிண்டி ஒண்தளிர்
நுண்பூண் அகந் திளைப்பத் திண்காழ்
நடுங்குற டுரிஞ்சிய பூங்கேழ்த் தேய்வை
தேங்கமழ் மருதிணர் கடுப்புக் கோங்கின்
குவிமுகிழ் இளமுலைக் கொட்டி விரிமலர்

வேங்கை நுண்டா தப்பிப் காண்வர
வெள்ளிற் குறுமுறி கிள்ளுபு தெறியாக்
கோழி ஓங்கிய வென்றடு விறற்கொடி
வாழிய பெரிதென் றேத்திப் பலருடன்
சீர்திகழ் சிலம்பகஞ் சிலம்பப் பாடிச்

சூரர மகளிர் ஆடுஞ் சோலை
மந்தியும் அறியா மரன்பயில் அடுக்கத்துச்
சுரும்பு முசாச் சுடர்ப்பூங் காந்தட்
பெருந்தண் கண்ணி மிலைந்த சென்னியன்
பார்முதிர் பனிக்கடல் கலங்கவுள் புக்குச்

சூர்முதல் தடிந்த சுடரிலை நெடுவேல்
உ லறிய கதுப்பிற் பிறழ்பற் பேழ்வாய்ச்
சுழல்விழிப் பசுங்கட் சூர்த்த நோக்கிற்
கழல்கட் கூகையோடு கடும்பாம்பு தூங்கப்

பெருமுலை அலைக்குங் காதிற் பிணர்மோட்

டுருகெழு செலவின் அஞ்சுவரு பேய்மகள்
குருதி ஆடிய கூருகிர்க் கொடுவிரற்
கண்தொட் டுண்ட கழிமுடைக் கருந்தலை
ஒண்டொடித் தடக்கையின் ஏந்தி வெருவர
வென்றடு விறற்களம் பாடித்தோள் பெயரா

நிணந்தின் வாயள் துணங்கை தூங்க
இருபே குருவின் ஒருபே ரியாக்கை
அறுவேறு வகையின் அஞ்சுவர மண்டி
அவுணர் நல்வலம் அடங்கக் கவிழிணர்
மாமுதல் தடிந்த மறுவில் கொற்றத்

தெய்யா நல்லிசைச் செவ்வேற் சேஎய்
சேவடி படருஞ் செம்மல் உ ள்ளமொடு
நலம்புரி கொள்கைப் புலம்பிரிந் துறையும்
செலவுநீ நயந்தனை யாயிற் பலவுடன்
நன்னர் நெஞ்சத் தின்னசை வாய்ப்ப

இன்னே பெறுதிநீ முன்னிய வினையே
செறுப்புகன் றெடுத்த சேணுயர் நெடுங்கொடி
வரிப்புனை பந்தொடு பாவை தூங்கப்
பொருநர்த் தேய்த்த போரரு வாயில்
திருவீற் றிருந்த தீதுதீர் நியமத்து

மாடமலி மறுகிற் கூடற் குடவயின்
இருஞ்சேற் றகல்வயல் விரிந்துவாய் அவிழ்ந்த
முட்டாள் தாமரைத் துஞ்சி வைகறைக்
கட்கமழ் நெய்தல் ஊதி எற்படக்
கண்போல் மலர்ந்த காமர் சுனைமலர்

அஞ்சிறை வண்டின் அரிக்கணம் ஒலிக்கும்
குன்றமர்ந் துறைதலும் உ ரியன் அதா அன்று.

2. திருச்சீரலைவாய்

வைந்நுதி பொருத வடுவாழ் வரிநுதல்
வாடா மாலை ஓடையொடு துயல்வரப்
படுமணி இரட்டு மருங்கிற் கடுநடைக்

கூற்றத் தன்ன மாற்றரு மொய்ம்பிற்
கால்கிளர்ந் தன்ன வேழம் மேல்கொண்
டைவே றுருவிற் செய்வினை முற்றிய
முடியொடு விளங்கிய முரண்மிகு திருமணி
மின்னுறழ் இமைப்பிற் சென்னிப் பொறப்ப

நகைதாழ்பு துயல்வரு உ ம் வகையமை பொலங்குழை
சேண்விளங் கியற்கை வான்மதி கவைஇ
அகலா மீனின் அவிர்வன இழைப்பத்
தாவில் கொள்கைத் தந்தொழில் முடிமார்
மன்னோர் பெழுதரு வாணிற முகனே

மாயிருள் ஞாலம் மறுவின்றி விளங்கப்
பல்கதிர் விரிந்தன் றொருமுகம் ஒருமுகம்
ஆர்வலர் ஏத்த அமர்ந்தினி தொழுகிக்
காதலின் உ வந்து வரங்கொடுத் தன்றே ஒருமுகம்
மந்திர விதியின் மரபுளி வழா அ

அந்தணர் வேள்வியோர்க் கும்மே ஒருமுகம்
எஞ்சிய பொருள்களை ஏமுற நாடித்
திங்கள் போலத் திசைவிளக் கும்மே ஒருமுகம்

செறுநர்த் தேய்த்துச் செல்சமம் முருக்கிக்
கருவுகொள் நெஞ்சமொடு களம்வேட் டன்றே ஒருமுகம்

குறவர் மடமகள் கொடிபோல் நுசுப்பின்
மடவரல் வள்ளியொடு நகையமர்ந் தன்றே ஆங்கம்
மூவிரு முகனும் முறைநவின் றொழுகலின்
ஆரந் தாழ்ந்த அம்பகட்டு மார்பிற்
செம்பொறி வாங்கிய மொய்ம்பிற் சுடர்விடுபு

வண்புகழ் நிறைந்து வசிந்துவாங்கு நிமிர்தோள
விண்செலன் மரபின் ஐயர்க் கேந்திய தொருகை
உ க்கஞ் சேர்த்திய தொருகை
நலம்பெறு கலிங்கத்துக் குறங்கின்மிசை அசைஇய தொருகை
அங்குசங் கடவா ஒருகை இருகை

ஐயிரு வட்டமொ டெஃகுவலந் திரிப்ப ஒருகை
மார்பொடு விளங்க ஒருகை
தாரொடு பொலிய ஒருகை
கீழ்வீழ் தொடியொடு மீமிசைக் கொட்ப ஒருகை
பாடின் படுமணி இரட்ட ஒருகை

நீனிற விசும்பின் மலிதுளி பொழிய ஒருகை
வானர மகளிர்க்கு வதுவை சூ ட்ட வாங்கப்
பன்னிரு கையும் பாற்பட இயற்றி
அந்தரப் பல்லியங் கறங்கத் திண்காழ்
வயிரெழுந் திசைப்ப வால்வளை ஞால

உ ரந்தலைக் கொண்ட உ ருமிடி முரசமொடு
பல்பொறி மஞ்ஞை வெல்கொடி அகவ
விசும்பா றாக விரைசெலன் முன்னி
உ லகம் புகழ்ந்த ஓங்குயர் விழுச்சீர்

அலைவாய்ச் சேறலும் நிலைஇய பண்பே அதா அன்று

3. திருவாவினன்குடி

சீரை தைஇய உ டுக்கையர் சீரொடு
வலம்புரி புரையும் வானரை முடியினர்
மாசற இமைக்கும் உ ருவினர் மானின்
உ ரிவை தைஇய ஊன்கெடு மார்பின்
என்பெழுந் தியங்கு மியாக்கையர் நன்பகற்

பலவுடன் கழிந்த உ ண்டியர் இகலொடு
செற்றம் நீக்கிய மனத்தின ரியாவதும்
கற்றோர் அறியா அறவினர் கற்றோர்க்குத்
தாம்வரம் பாகிய தலைமையர் காமமொடு
கடுஞ்சினங் கடிந்த காட்சியர் இடும்பை

யாவதும் அறியா இயல்பினர் மேவரத்
துனியில் காட்சி முனிவர் முற்புகப்
புகைமுகந் தன்ன மாசில் தூவுடை
முகைவாய் அவிழ்ந்த தகைசூழ் ஆகத்துச்
செவிநேர்பு வைத்த செய்வுறு திவவின்

நல்லியாழ் நவின்ற நயனுடை நெஞ்சின்
மென்மொழி மேவலர் இன்னரம் புளர
நோயின் றியன்ற யாக்கையர் மாவின்
அவிர்தளிர் புரையும் மேனியர் அவிர்தோறும்
பொன்னுரை கடுக்குந் திதலையர் இன்னகைப்

பருமந் தாங்கிய பணிந்தேந் தல்குல்
மாசில் மகளிரொடு மறுவின்றி விளங்கக்
கடுவோ டொடுங்கிய தூம்புடை வாலெயிற்

றழலென உ யிர்க்கும் அஞ்சுவரு கடுந்திறற்
பாம்புபடப் புடைக்கும் பல்வரிக் கொடுஞ் சிறைப்

புள்ளணி நீள்கொடிச் செல்வனும் வெள்ளேறு
வலவயின் உ யரிய பலர்புகழ் திணிதோள்
உ மைஅமர்ந்து விளங்கும் இமையா முக்கண்
மூவெயில் முருக்கிய முரண்மிகு செல்வனும்
நூற்றுப்பத் தடுக்கிய நாட்டத்து நூறுபல்

வேள்வி முற்றிய வென்றடு கொற்றத்
தீரிரண் டேந்திய மருப்பின் எழில்நடைத்
தாழ்பெருந் தடக்கை உ யர்ந்த யானை
எருத்தம் ஏறிய திருக்கிளர் செல்வனும்
நாற்பெருந் தெய்வத்து நன்னகர் நிலைஇய

உ லகங் காக்கும் ஒன்றுபுரி கொள்கைப்
பலர்புகழ் மூவருந் தலைவ ராக
ஏமரு ஞாலந் தன்னில் தோன்றித்
தாமரை பயந்த தாவில் ஊழி
நான்முக ஒருவற் சுட்டிக் காண்வரப்

பகலிற் றோன்றும் இகலில் காட்சி
நால்வே றியற்கைப் பதினொரு மூவரோ
டொன்பதிற் றிரட்டி உ யர்நிலை பெறீஇயர்
மீன்பூத் தன்ன தோன்றலர் மீன்சேர்பு
வளிகிளர்ந் தன்ன செலவின் வளியிடைத்

தீயெழுந் தன்ன திறலினர் தீப்பட
உ ருமிடித் தன்ன குரலினர் விழுமிய
உ றுகுறை மருங்கிற்றம் பெருமுறை கொண்மார்
அந்தரக் கொட்பினர் வந்துடன் காணத்

தாவில் கொள்கை மடந்தையொடு சின்னாள்

ஆவினன்குடி அசைதலும் உ ரியன் அதா அன்று.

4. திருவேரகம்

இருமூன் றெய்திய இயல்பினின் வழாஅ
திருவர்ச் சுட்டிய பல்வேறு தொல்குடி
அறுநான் கிரட்டி இளமை நல்லியாண்
டாறினிற் கழிப்பிய அறனவில் கொள்கை

மூன்றுவகைக் குறித்த முத்தீச் செல்வத்
திருபிறப் பாளர் பொழுதறிந்து நுவல
ஒன்பது கொண்ட மூன்றுபுரி நுண்ஞாண்
புலராக் காழகம் புலர உ டீஇ
உ ச்சிக் கூப்பிய கையினர் தற்புகழ்ந்து

ஆறெழுத் தடக்கிய அருமறைக் கேள்வி
நாவியன் மருங்கின் நவிலப் பாடி
விறையுறு நறுமலர் ஏந்திப் பெரிதுவந்
தேரகத் துறைதலும் உ ரியன் அதா அன்று

5. குன்றுதோறாடல்
பைங்கொடி நறைக்காய் இடையிடுபு வேலன்

அம்பொதிப் புட்டில் விரைஇக் குளவியொடு
வெண்கூ தாளந் தொடுத்த கண்ணியன்
நறுஞ்சாந் தணிந்த கேழ்கிளர் மார்பிற்
கொடுந்தொழில் வல்விற் கொலைஇய கானவர்
நீடமை விளைந்த தேக்கட் டேறற

குன்றகச் சிறுகுடிக் கிளையுடன் மகிழ்ந்து
தொண்டகச் சிறுபறைக் குரவை அயர
விரலுளர்ப்ப பவிழ்ந்த வேறுபடு நறுங்காற்
குண்டுசுனை பூத்த வண்டுபடு கண்ணி
இணைத்த கோதை அணைத்த கூந்தல்

முடித்த குல்லை இலையுடை நறும்பூச்
செங்கால் மரா அத்த வாலிணர் இடையிடுபு
சுரும்புணத் தொடுத்த பெருந்தண் மாத்தழை
திருந்துகாழ் அல்குல் திளைப்ப உ டீஇ
மயில்கண் டன்ன மடநடை மகளிரொடு

செய்யன் சிவந்த ஆடையன் செவ்வரைச்
செயலைத் தண்தளிர் துயல்வருங் காதினன்
கச்சினன் கழலினன் செச்சைக் கண்ணியன்
குழலன் கோட்டனன் குறும்பல் லியத்தன்
தகரன் மஞ்ஞையன் புகரில் சேவலங்

கொடியன் நெடியன் தொடியணி தோளன்
நரம்பார்த் தன்ன இன்குரல் தொகுதியொடு
குரும்பெறிக் கொண்ட நறுந்தண் சாயல்
மருங்கிற் கட்டிய நிலன்நேர்பு துகிலினன்
முழவுறழ் தடக்கையின் இயல ஏந்தி

மென்றோட் பல்பிணை தழீஇத் தலைத்தந்து
குன்றுதோ றாடலும் நின்றதன் பண்பே அதா அன்று.

6. பழமுதிர்சோலை

சிறுதினை மலரொடு விரைஇ மறி அறுத்து
வாரணக் கொடியொடு வயிற்பட நிறீஇ

ஊரு ர் கொண்ட சீர்கெழு விழவினும்

ஆர்வலர் ஏத்த மேவரு நிலையினும்
வேலன் தைஇய வெறியயர் களனும்
காடுங் காவுங் கவின்பெறு துருத்தியும்
யாறுங் குளனும் வேறுபல் வைப்பும்
சதுக்கமுஞ் சந்தியும் புதுப்பூங் கடம்பும்

மன்றமும் பொதியிலுங் கந்துடை நிலையினும்
மாண்டலைக் கொடியொடு மண்ணி யமைவர
நெய்யோ டையவி அப்பி ஐதுரைத்துக்
குடந்தம் பட்டுக் கொழுமலர் சிதறி
முரண்கொள் உ ருவின் இரண்டுடன் உ டீஇச்

செந்நூல் யாத்து வெண்பொரி சிதறி
மதவலி நிலை இய மாத்தாட் கொழுவிடைக்
குருதியொடு விரைஇய தூவெள் அரிசி
சில்பலிச் செய்து பல்பிரப் பிaIஇச்
சிறுபசு மஞ்சளொடு நறுவிரை தெளித்துப்

பெருந்தண் கணவீர நறுந்தண் மாலை
துணையுற அறுத்துத் தூங்க நாற்றி
நளிமலைச் சிலம்பின் நன்னகர் வாழ்த்தி
நறும்புகை எடுத்துக் குறிஞ்சி பாடி
இமிழிசை அருவியோ டின்னியங் கறங்க

உ ருவப் பல்பூத் தூஉ ய் வெகுவரக்
குருதிச் செந்தினை பரப்பிக் குறமகள்
முருகிய நிறுத்து முரணினர் உ ட்க
முருகாற்றுப் படுத்த உ ருகொழு வியனகர்
ஆடுகளஞ் சிலம்பப் பாடிப் பலவுடன்

கோடுவாய் வைத்துக் கொடுமணி இயக்கி
ஓடாப் பூட்கைப் பிணிமுகம் வாழ்த்தி
வேண்டுநர் வேண்டியாங் கெய்தினர் வழிபட
ஆண்டாண் டுறைதலும் அறிந்த வாறே
ஆண்டாண் டாயினும் ஆக காண்டக

முந்துநீ கண்டுழி முகனமர்ந் தேத்திக்
கைதொழூ உ ப் பரவிக் காலுற வணங்கி
நெடும்பெருஞ் சிமயத்து நீலப்பைஞ்சுனை
ஐவருள் ஒருவன் அங்கை ஏற்ப
அறுவர் பயந்த ஆறமர் செல்வ

ஆல்கெழு கடவுட் புதல்வ மால்வரை
மலைமகள் மகனே மாற்றோர் கூற்றே
வெற்றி வேல்போர்க் கொற்றவை சிறுவ
இழையணி சிறப்பிற் பழையோள் குழவி
வானோர் வணங்குவில் தானைத் தலைவ

மாலை மார்ப நூலறி புலவ
செருவில் ஒருவ பொருவிறல் மள்ள
அந்தணர் வெறுக்கை அறிந்தோர் சொல்மலை
மங்கையர் கணவ மைந்தர் ஏறே
வேல்கெழு தடக்கைச் சால்பெருஞ் செல்வ

குன்றங் கொன்ற குன்றாக் கொற்றத்து
விண்பொரு நெடுவரைக் குறிஞ்சிக் கிழவ
பலர்புகழ் நன்மொழிப் புலவர் ஏறே
அரும்பெறன் மரபிற் பெரும்பெயர் முருக
நசையினர்க் காத்தும் இசைபே ராள

அலாந்தோர்க் களிக்கும் பொலம்பூட் சேஎய்
மண்டமர் கடந்தநின் வென்றா டகலத்துப்
பரிசிலர்த் தாங்கும் உ ருகெழு நெடுவே எள்
பெரியோர் ஏத்தும் பெரும்பெயர் இயவுள்
சூர்மருங் கருத்த மொய்ம்பின் மதவலி

போர்மிகு பொருந குரிசில் எனப்பல
யான்அறி அளவையின் ஏத்தி ஆனது
நின்னளந் தறிதல் மன்னுயிர்க் கருமையின்
நின்னடி உ ள்ளி வந்தனன் நின்னோடு
புரையுநர் இல்லாப் புலமை யோய்எனக்

குறித்தது மொழியா அளவையிற் குறித்துடன்
வேறுபல் உ ருவிற் குறும்பல் கூளியர்
சாறயர் களத்து வீறுபெறத் தோன்றி
அளியன் றானே முதுவாய் இரவலன்
வந்தோன் பெருமநின் வண்புகழ் நயந்தென

இனியவும் நல்லவும் நனிபல ஏத்தித்
தெய்வஞ் சான்ற திறல்விளங் குருவின்
வான்றோய் நிவப்பிற் றான்வந் தெய்தி
அணங்குசால் உ யர்நிலை தழீஇப் பண்டைத்தன்
மணங்கமழ் தெய்வத் திளநலங் காட்டி

அஞ்சல் ஓம்புமதி அறிவனின் வரவென
அன்புடை நன்மொழி அளைஇ விளிவின்
றிருள்நிற முந்நீர் வளைஇய உ லகத்
தொருநீ யாகத் தோன்ற விழுமிய
பெறலரும் பரிசில் நல்குமதி பலவுடன்

வேறுபஃ றுகிலின் நுடங்கி அகில்சுமந்

தார முழுமுதல் ஊருட்டி வேரற்
பூவுடை அலங்குசினை புலம்பவேர் கீண்டு
விண்பொரு நெடுவரை பரிதியிற் றொடுத்த
தண்கமழ் அலர்இறால் சிதைய நன்பல

அரசினி முதுசுளை கலாவ மீமிசை
நாக நறுமலர் உ திர யூகமொடு
மாமுக முசுக்கலை பனிப்பப் பூநுதல்
இரும்பிடி குளிர்ப்ப வீசிப் பெருங்களிற்று
முத்துடை வான்கோடு தழீஇத் தத்துற்று

நன்பொன் மணிநிறங் கிளரப் பொன்கொழியா
வாழை முழுதல் துமியத் தாழை
இளநீர் விழுக்குலை உ திரத் தாக்கிக்
கறிக்கொடிக் கருந்துணர் சாயப் பொறிப்புற
மடநடை மஞ்ஞை பலவுடன் வொIஇக்

கோழி வயப்பெடை இரியக் கேழலோ
டிரும்பனை வெளிற்றின் புன்சாய் அன்ன
குரூ உ மயி ரியாக்கைக் குடாவடி உ ளியம்
பெருங்கல் விடரளைச் செறியக் கருங்கோட்
டாமா நல்லேறு சிலைப்பச் சேணின்

றிழுமென இழிதரும் அருவிப்
பழமுதிர் சோலை மலைகிழ வோனே

வெண்பாக்கள்

திருமுருகாற்றுப்படையைத் தமிழ் நாட்டார் பல காலமாகப் பாராயணம் செய்து வருகிறார்கள். பாட்டு முழுவதையும் மனனம் பண்ணி நாள்தோறும் ஓதி வருபவர்கள் பலர். இதனை ஓதியதனால் தம் கருத்து நிறைவேறப் பெற்றோரும், நோய் நீங்கப் பெற்றோரும் உண்டு. மந்திரத்தை ஜபிப்பதுபோல இதனை ஓதிவரும் வழக்கத்தோடு, இது முடிந்தவுடன் இதற்குப் பயனுரைக்கும் பாடல் வேண்டுமென்று யாரோ அன்பருக்குத் தோற்றியது. அவர் பயனைக் கூறும் கவிகளோடு முருகனுடைய துதியாகவும் சில செய்யுட்களைப் பாடினார். அவர் பாடியவை பத்து வெண்பாக்கள். பக்திச்சுவை செறிந்து எளிய நடையில் அவை அமைந்திருப்பதனால் திருமுருகாற்றுப்படையைப் பாராயணம் செய்பவர்கள் யாவரும் முறையாக அவற்றை இறுதியிலே சொல்லி வரலாயினர்.

இந்த வெண்பாக்களைப் பாடினவர் நக்கீரரே என்று, இவற்றுக்குப் பெருமையளிக்கும் பொருட்டுச் சிலர் கூறி வந்தனர். அதனை நம்பின புலவரும் உண்டு. திருமுருகாற்றுப்படையை நக்கீரர் பாடுவதற்குக் கதை எழுந்ததுபோல, பிற்காலத்தில் இந்தப் பாடல்களைப் பாடுவதற்குக் காரணமாகவும் ஒரு கதை தோன்றியது.

திருமுருகாற்றுப்படையை நக்கீரர் பாடி முடித்தவுடன், முருகன் எழுந்தருளி வந்து கற்கிமுகியென்னும் பூதத்தைக் கொன்று அவரையும் பிறரையும் விடுதலை செய்தான். அப்பால், 'நம்மைக் கிழவனென்று சொன்னாயே!" என்று சொல்லி மறைந்தான். திருமுருகாற்றுப் படை, "பழமுதிர்சோலை மலைகிழவோனே' என்று முடிகிறதல்லவா? 'என்றும் அழியாத இளமைக் காரனாகிய முருகனைக் கிழவனென்று தொனிக்கும் படிச் சொன்னது பிழைபோலும்!' என எண்ணி நக்கீரர். "குன்றம் எறிந்தாய்"

என்று புதிய பாடலைப் பாட ஆரம்பித்து, "என்றும் இளையாய் அழகியாய்" என்று பாடவே, முருகன் மகிழ்ந்து அருள்புரிந்து மதுரைக்குப் போகும்படி விடை கொடுத்தானாம். 'கிழவோன்' என் பதற்கு உரிமையுடையவன் என்பது பொருள். கிழவன் என்பது முதியவன் என்ற பொருளில் வழங்குவது பிற்காலத்து வழக்கம், சங்க காலத்தில் கிழவன் என்ற சொல்லுக்கு அந்தப் பொருள் இல்லை. பக்தியுடையோர் பலர் பாராயணம் பண்ணும்போது பொருளிலே மனத்தைச் செலுத்தாமலே ஓதி வந்திருக்கிறார்கள். யாரோ ஒருவருக்குக் கிழவோன் என்ற சொல் மனத்தை உறுத்தியிருக்கும். அவரிடம் முதல் முதலிலே தோற்றிய இந்தச் சிறு உறுத்தல் நாளடைவில் பெரிதாகிக் கடைசியில் ஒரு புலவன் இந்தப் பாடல்களைப் பாடிக் கதையையும் அமைத்துச் சமாதானப்படுத்துகிற வரையில் வந்திருக்க வேண்டும். முதியவன் என்ற பொருள் தொனிக்கும்படிக் கிழவன் என்னும் சொல் வழங்குவதை அருணகிரிநாதரும் ஓரிடத்தில் குறிப்பித்திருக்கிறார். 'முலைப்பாலுண்டு தொட்டிலிலே தூங்கி அழும் குழந்தையாகிய முருகனைக் குறிஞ்சிக் கிழவனென்று உலகத்தார் சொல்கிறார்களே!" என்று வேடிக் கையாகக் கந்தரலங்காரத்திற் பாடுகிறார்.

"திருந்தப் புவனங்கள் ஈன்றபொற்
பாவை திருமுலைப்பால்
அருந்திச் சரவணப் பூந்தொட்டில்
ஏறி அறுவர்கொங்கை விரும்பிக் கடலழக்
குன்றழச் சூரழ விம்பிஅழும்
குருந்தைக் குறிஞ்சிக் கிழவனென்
றோதும் குவலயமே."

இந்த வெண்பாக்கள் உள்ளம் உருக்குவனவாக அமைந்திருப்பதனால் நக்கீரரே பாடியவை என்று சொல்ல வேண்டும் என்ற ஆசை பக்தர்களுக்குத் தோன்றியது போலும்.

குன்றம் எறிந்தாய் குரைகடலில் சூர்தடிந்தாய்
புனதலைய பூதப் பொருபடையாய் - என்றும்
இளையாய் அழகியாய் ஏறூர்ந்தான்
ஏறே உளையாய்என் உள்ளத் துறை.

கிரவுஞ்ச மலையை வேலால் எறிந்து அழித்தவனே, முழங்கும் கடலிலே புகுந்து ஒளித்த சூரபது மனைச் சங்காரம் செய்தவனே, சிவந்த தலையை யுடைய பூதங்களாகிய போர்புரியும் சேனையை உடையவனே, என்றும் இளமையை உடையவனே, என்றும் அழகாக இருப்பவனே, இடபத்தை வாகனமாகக் கொண்டு உலாவரும் பரமசிவனுடைய ஆண் சிங்கம் போன்ற குமரனே, நீ என்றும் என் உள்ளத்திலே தங்கி யிருப்பவனாக வாசம் செய்வாயாக.

குன்றம் எறிந்ததுவும் குன்றப்போர் செய்ததுவும்
அன்றங் கமரர்இடர் தீர்த்ததுவும் - இன்றென்னைக்
கைவிடா நின்றதுவும் கற்பொதும்பிற் காத்ததுவும்
மெய்விடா வீரன்கை வேல். *(1)*

கிரவுஞ்ச மலையை எறிந்து பொடிபடுத்தியதும், பகைவரது வலிமை குன்றும்படியாகப் போர் செய்ததும், சூரனால் துன்புற்ற அக்காலத்தில் தேவலோகத்தில் இருந்த தேவர்களின் துன்பத்தைப் போக்கியதும், இன்று என்னைக் கைவிடாமல் நின்றதும், நக்கீரர் முதலியவர்களை மலைக்குகையிலே பாதுகாத்ததும் சத்தியத்தை நீங்காமல் இருக்கும் வீரனாகிய முருகனது திருக்கரத்திலுள்ள வேலேயாகும்.

வீரவேல் தாரைவேல் விண்ணோர் சிறைமீட்ட
தீரவேல் செவ்வேள் திருக்கைவேல் - வாரி
குளித்தவேல் கொற்றவேல் சூர்மார்பும் குன்றும்
துளைத்தவேல் உண்டே துணை. *(2)*

வீரத்தையுடைய வேல்; நீளமான வேல்; தேவர்களைச் சிறையினின்றும் விடுவித்த தீரம் பொருந்திய வேல்; செவ்வேளின் திருக்கரத்திலுள்ள வேல்; சமுத்திரத்திலே புகுந்து மூழ்கிய வேல்; வெற்றியைத் தரும் வேல்;

சூரனுடைய மார்பையும் கிரவுஞ்ச மலையையும் துளைத்த வேல் எனக்குத் துணையாக உள்ளது.

இன்னம் ஒருகால் எனதிடும்பைக் குன்றுக்குக்
கொன்னவில்வேற் சூர்தடிந்த கொற்றவா - முன்னம்
பனிவேய் நெடுங்குன்றம் பட்டுருவத் தொட்ட
தனிவேலை வாங்கத் தகும். (3)

கொலைத் தொழிலிலே பயின்ற வேலையுடைய சூரனைச் சங்காரம் செய்த தலைவனே, முன்பு பனியால் மூடப்பட்ட உயர்ந்த கிரவுஞ்சகிரியின்மேல் பட்டு ஊடுருவும்படியாகப் பிரயோகம் செய்த ஒப்பற்ற நினது வேலாயுதத்தை, இன்னும் ஒருமுறை என்னுடைய துன்பமாகிய மலை பட்டு உருவும்படியாகவும் பிர யோகம் செய்வது பொருத்தமாக இருக்கும்.

உன்னை ஒழிய ஒருவரையும் நம்புகிலேன்
பின்னை ஒருவரையான் பின்செல்லேன் - பன்னிருகைக்
கோலப்பா வானோர் கொடியவினை தீர்த்தருளும்
வேலப்பா செந்தி வாழ்வே. (4)

பன்னிரண்டு திருக்கைகளோடு கோலங்கொண்ட அப்பனே, தேவர்களுடைய கொடிய பாவங்களைப் போக்கி அருள் செய்யும் வேலாயுதக் கடவுளே, செந்தூரில் எழுந்தருளியிருக்கும் பெருமானே, அடியேன் உன்னையன்றி வேறு ஒருவரையும் எனக்குத் துணையாக நம்பமாட்டேன்; வேறு ஒருவரையும் வழிபட மாட்டேன்.

அஞ்சு முகந்தோன்றின் ஆறு முகந்தோன்றும்
வெஞ்சமரில் அஞ்சலென வேல்தொன்றும் - நெஞ்சில்
ஒருகால் நினைக்கின் இருகாலும் தோன்றும்
முருகாவென்று ஓதுவார் முன். (5)

முருகா என்று எப்போதும் ஓதுகின்ற அடியார்களுக்கு முன்னாலே, அவர்கள்பால் பயப்படுகின்ற முகம் காணப்படின் முருகனுடைய ஆறுமுகமும் அதனைப்

போக்கத் தோன்றும்; கொடிய போரில் பயப்படாதே என்று வேலாயுதம் தோன்றும்; மனத்தில் ஒரு முறை தியானித்தாலும் முருகனுடைய இரண்டு திருவடிகளும் தோன்றும்.

முருகனே செந்தி முதல்வனே மாயோன்
மருகனே ஈசன் மகனே - ஒருகைமுகன்
தம்பியே நின்னுடைய தண்டைக்கால்
எப்பொழுதும் நம்பியே கைதொழுவேன் நான். *(6)*

முருகா, திருச்செந்தூராண்டவனே, திருமால் மருகனே, சிவகுமாரனே, துதிக்கையை முகத்திலே உடைய விநாயகருக்கு இளவலே, அடியேன் உன்னுடைய தண்டையை அணிந்த திருவடியையே பற்றுக்கோடாக நம்பி எப்போதும் கும்பிடுவேன்.

காக்கக் கடவிய நீ காவாது இருந்தக்கால்
ஆர்க்குப் பரமாம் அறுமுகவா - பூக்கும்
கடம்பா முருகா கதிர்வேலா நல்ல
இடங்காண் இரங்காய் இனி. *(7)*

ஷண்முகா, மலர்ந்த கடம்ப மாலையை அணிந்தவனே, முருகா, சுடர்விடும் வேலாயுதக் கடவுளே, என்னைக் காப்பாற்றும் கடமையையுடைய நீயே காவாது இருந்து விட்டால், என்னைக் காக்கும் பொறுப்பு யாருக்கு உரியதாகும்? நீ இரங்கி அருளு வதற்கு ஏற்ற பாத்திரமாகிய நல்ல இடம் இது. இனி மேல் கருணை புரிவாயாக.

பரங்குன்றிற் பன்னிருகைக் கோமான்றன் பாதம்
கரங்கூப்பிக் கண்குளிரக் கண்டு - சுருங்காமல்
ஆசையால் நெஞ்சே அணிமுருகாற்றுப்படையை
பூசையாய்க் கொண்டே புகல். *(8)*

நெஞ்சே, திருப்பரங்குன்றத்தில் எழுந்தருளியிருக்கும் பன்னிருகைப் பெருமாளாகிய முருகன் திருவடிகளைக் கரங்குவித்துக் கும்பிட்டுக் கண் குளிரும்படியாகத் தரிசித்து, குறைவில்லாமல் பெருகிய ஆர்வத் தோடு அழகையுடைய

திருமுருகாற்றுப்படையை பூசை யாக எண்ணிக்கொண்டு பாராயணம் செய்வாயாக.

நக்கீரர் தாமுரைத்த நன்முருகாற் றுப்படையைத்
தக்கோல நாடோறும் சாற்றினால் - முற்கோல
மாமுருகன் வந்து மனக்கவலை தீர்த்தருளித்
தாம்நினைத்த எல்லாந் தரும். ***(9)***

நக்கீரர் திருவாய்மலர்ந்த நல்ல திருமுருகாற்றுப் படையைத் தம்மைப் பாதுகாக்கும் பொருட்டுத் தினந் தோறும் ஒருவன் பாராயணம் செய்தால், பெருமையுடைய முருகக்கடவுள் முன்னாலே பாதுகாக்க எழுந்தருளி வந்து உள்ளத் துயரத்தைப் போக்கியருளி, அவர்கள் கருதிய எல்லாவற்றையும் வழங்கியருள்வான். ***(10)***

★★★

9 788199 79267